ராமாயணம்

பீமாயணம்

பீம்ராவ் ராம்ஜி அம்பேத்கர்
வாழ்வில் நடந்த சம்பவங்கள்

ஓவியம்

துர்காபாய் வ்யாம், சுபாஷ் வ்யாம்

கதை

ஸ்ரீவித்யா நடராஜன், எஸ். ஆனந்த்

தமிழில்:

அரவிந்தன்

மொழிபெயர்ப்பில் உதவி:

குவளைக்கண்ணன், ஸ்ரீஜெயந்தி பாஸ்கர்

ஒருங்கிணைப்பு மற்றும் வடிவமைப்பு

எஸ். ஆனந்த்

தயாரிப்பு

சஞ்சீவ் பல்லிவால்

காலச்சுவடு

navayana

வான்போல் எம்மை அரவணைத்துக் காத்த
ஜங்கர் சிங் ஷ்யாம் (1960 - 2001)
அவர்களின் நினைவுக்கு

உள்ளடக்கம்

முன்னுரை - ஜான் பெர்ஜர் 9

ஒரு நாள்... 11

தண்ணீர் 17

உறைவிடம் 59

பயணம் 75

மீமாயணம் என்னும் கலை 95

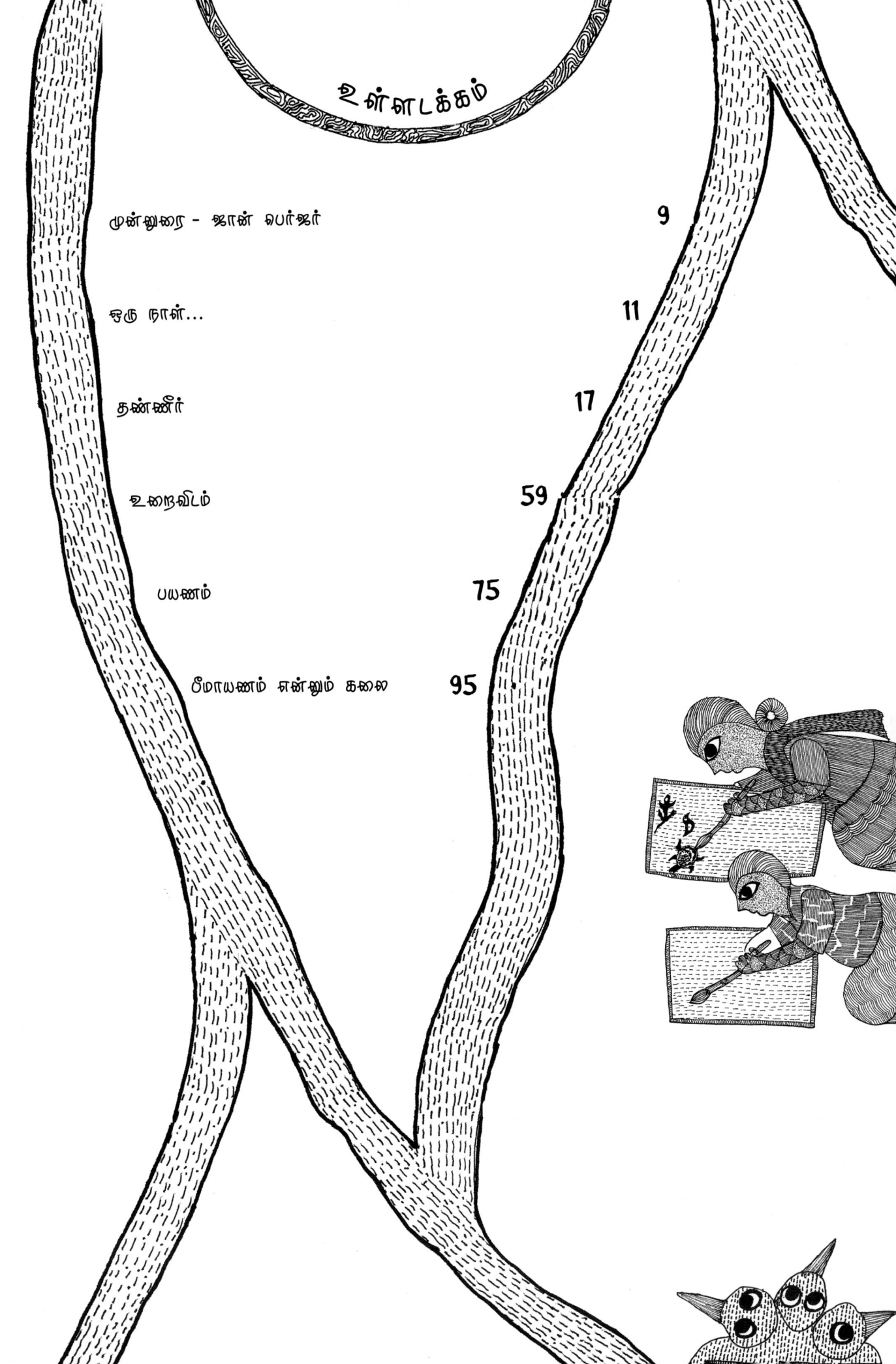

முன்னுரை

இந்த அசாதாரணமான புத்தகம் அதன் கதையை எவ்வாறு சொல்லியிருக்கிறது என்பதைப் பற்றிச் சில விஷயங்களைச் சொல்ல முயற்சி செய்ய விரும்புகிறேன்.

19ஆவது மற்றும் 20ஆம் நூற்றாண்டுகளில் வரலாறு ஒரு நாடக மேடையாகவே எதிர்கொள்ளப்பட்டது, உருவகிக்கப்பட்டது. பெண்களும் ஆண்களும் தங்கள் விதியைத் தேர்ந்தெடுக்கவும், அதை வென்றெடுக்கவும், கூடுதலான நீதியுணர்வு நிரம்பிய ஒரு வாழ்வுக்காகவும் போராடிய ஒரு மேடை. லட்சியக் கனவுகளை விதைத்தவர்கள், அரசியல் சிந்தனையாளர்கள் மற்றும் செயல் வேகம் கொண்ட அரசியல்வாதிகள் இவர்களில் சிலர் ஆட்சியாளர்கள், மற்றவர்கள் கிளர்ச்சியாளர்கள் ஆகியோரின் சொற்கள் இந்தப் போராட்டங்களுக்கு உத்வேகம் அளித்தன; துணை நின்றன.

இத்தகைய வரலாற்று மேடை, அதன் கம்பீரமான முகப்பு வளைவோடும், நாடக அரங்கில் உள்ளது போன்ற இருக்கை வசதிகளோடும், நாடகத்தன்மையிலான ஒளி, ஒலி அமைப்புடனும் கவிதைகளிலும் கதைகளிலும் அரசியல் கூட்டங்களிலும், ஆட்சிக்கு எதிரான கிளர்ச்சிகளிலும், பாடல்களிலும், பகிர்ந்துகொண்ட கனவுகளிலும் உருவகிக்கப்பட்டது. இன்று அது இல்லை.

கற்பனையான இந்த நாடக மேடை தகவல் தொடர்பு வல்லுனர்கள் என்று அழைக்கப்படுபவர்களால் அழிக்கப்பட்டுவிட்டது. ஊடகங்கள், எதிர்காலமற்ற அரசியல்வாதிகள், உலகப் பொருளாதார அமைப்பு ஆகிய அனைத்தும் ஒட்டுமொத்த வரலாற்றையும் வாழ்வின் ஒவ்வொரு பரப்பையும் வெறும் லாபத்துக்கான வேட்டையாகச் சுருக்கிவிட்டன. மேடை இருந்த இடத்தில் இன்று ‘ஷாப்பிங் மால்’ இருக்கிறது.

என்றாலும் வரலாறு தொடரத்தான் செய்கிறது. போராட்டங்கள் விடாமல் நடக்கின்றன. இவற்றைப் பற்றிய கதைகளை எப்படிச் சொல்வது என்பது இன்று உலகம் முழுவதும் ஒரு சவாலாக இருக்கிறது.

இந்தப் புத்தகம் தீர்க்க தரிசனத்துடன் ஒரு பதிலைத் தருகிறது. அந்த பதில் இதுதான்: வரலாற்று மேடை இருந்த இடத்தில் ஒரு இனத்தின் உடலை வையுங்கள். நீண்ட கடந்த காலத்துடன் கூடிய ஒரு உடல், பல குரல்களையுடைய ஒரு நிகழ்காலம். எதிர்காலத்தைப் பற்றிய ஒரு லட்சியக் கனவு. இந்தப் புத்தகத்தைப் படித்து அதன் கதையைப் பின்தொடரும்போது நாம் இந்த உடலுக்குள், அதன் ரத்த ஓட்டத்துக்குள், அதன் உறுப்புகளுக்குள் நுழைகிறோம்.

நாடக அரங்கின் கம்பீரமான முகப்பு வளைவு இங்கே இல்லை. செவ்வகச் சட்டகமோ, முறைப்படுத்தப்பட்ட காலமோ இல்லை. புகழ்பெற்ற தனிநபர்கள் இல்லை. தலைமுறைகளைக் கடந்த உடல் சார்ந்த பௌதிகமான அனுபவங்கள் நிறைந்திருக்கின்றன. இவை வலி நிரம்பியவை. பிறரின் வலியைத் தன்னுடையதாக உணர்பவை. குற்ற உணர்வு கொண்டவை. சந்தையின் வரையறைகளைத் தாண்டித் தன் இருப்பை நிலைநிறுத்திக்கொள்பவை.

இந்த வகையான கதைகள் உலகம் முழுக்கச் சொல்லப்படுகின்றன. இவை ஒருபோதும் அச்சிட்டு வெளியிடப்படுவதில்லை. இந்தப் புத்தகம் இதற்கான முன்னுதாரணத்தை ஏற்படுத்தியுள்ளது.

அந்த முன்னுதாரணத்தைச் சாத்தியப்படுத்தியதற்காகப் பங்களித்த ஒவ்வொருவருக்கும் நன்றி சொல்வோம்.

ஜான் பெர்ஜர்

26 ஜூலை 2010

டனாக்ஜி, பிரான்ஸ்

அண்மையில் ஒரு நாள், இந்திய நகரம் ஒன்றின் பேருந்து நிறுத்தம்
தகுதி இருந்தும் மோசமான வேலையிலேயே ஒட்டிக்கிட்டிருக்க வேண்டியிருக்கு
இதுக்குக் காரணம் பிற்படுத்தப்பட்டவர்களுக்கும் தாழ்த்தப்பட்டவர்களுக்கும் இடஒதுக்கீடு தான். இது நியாயமில்லை.
ஆனால் ஜாதி என்பதே நியாயமில்லையே.

இப்ப ஜாதிங்கறதே இல்லை. இது இப்ப ஒரு விஷயமே இல்லை.
அட... நீயும் அவங்களில் ஒருத்தர் மாதிரி பேசற.
நானும் அவங்கள்ள ஒருத்தியா இருந்தா?
ஜாதி இல்லன்னு சொல்லிக்கிட்டே இருக்காங்க. ஆனால் ஜாதிங்கிறது உண்மையிலே போகவே இல்லை.
உதாரணத் துக்கு கைர்லாஞ் ஜீயை எடுத்துக்க...
அதென்ன? அதுக்கும் எனக்கும் என்ன சம்மந்தம்?
எனக்கு வேலை இல்லை. அதுக்குக் காரணம் இந்த இட ஒதுக்கீடுங்கிறது எனக்குத் தெரியும். திறமைக்கு மதிப்பு இல்லை.

இந்த மாதிரி விஷயங்களை காதுல போட்டுக்கக் கூட நீ விரும்பல. தலித்துகளுக்கு எதிரா நடக்குற ஆயிரக் கணக்கான கொடுமை களிலே ஒண்ணுதான் கைர்லாஞ்ஜி சம்பவம்.
அங்கேயிருந்த போட்மன்ஜிக்கள் ஏழை தலித்துகளா இருந்தாலும் அவங்க படிச்சிருந்ததும் கௌரவமாக வாழணும்னு உரிமைக்காகப் போராடி னதுமே வன்முறையை 'தூண்டிவிடப்' போது மானதா இருந்தது.
போட்மன்ஜ் குடும்பத்தைச் சேர்ந்த சுரேகா, பிரியங்கா, ரோஷன், சுதிர் இவங்கள எல்லாம் ஊர்க்காரங்க கண்ணு முன்னாடி தடியாலயே அடிச்சி கொன்னுருங்காங்க. பிணங்களை கால்வாயில் தூக்கிப் போட்டுட்டாங்க.

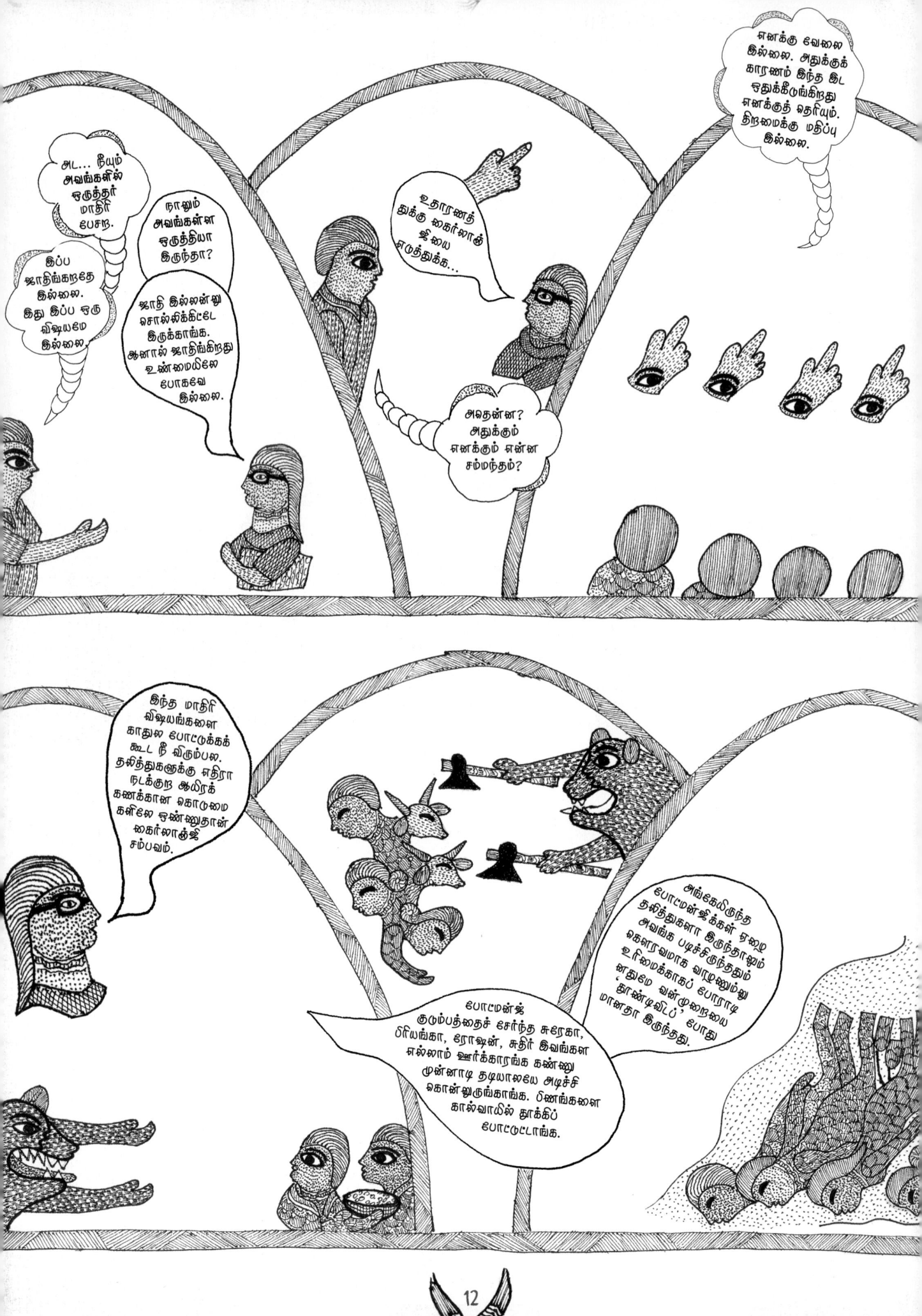

தலித்துகள் கிணற்றிலிருந்து தண்ணீர் எடுத்ததால் பதற்றம்

கோலாப்பூர், ஹிந்துஸ்தான் டைம்ஸ், செப்டம்பர் 29, 2010

மஹாராஷ்டிராவின் சமூகச் சீர்திருத்தவாதியான அரசர் ராஜஸ்ரீ சாஹூ மஹாராஜின் பெயரில் இருக்கும் சாஹூவாடி தாலுக்காவின் குங்குர்வாடி கிராமம் தன் பெயருக்கு ஏற்றாற்போல் சமூகத்தில் பின்தங்கிய நிலையில் உள்ளவர்களின் முன்னேற்றத்துக்கு ஒரு முன்னுதாரணமாகத் திகழ வேண்டும். ஆனால் இங்கே தலித்துகள் இன்னமும் வேறுபடுத்திப் பார்க்கப்படுகிறார்கள். ஏறத்தாழ 60 வருடங்களாக இருந்துவந்த வேறுபாடு செப்டம்பர் 20ஆம் தேதியன்று ஒரு முடிவுக்கு வந்தது. நர்சு காம்ப்ளேயும் அவர் உறவினரான சுக்ரீவ் காம்ப்ளேயும் தங்கள் இனத்தைச் சேர்ந்த மற்ற பலருடன் சேர்ந்து மராட்டியர்களுக்கான கிணற்றில் இருந்து தண்ணீரை எடுத்தனர். இதனால் எரிச்சலடைந்த உயர் சாதியினர் இந்தச் செயலுக்குத் தங்கள் எதிர்ப்பைத் தெரிவித்ததோடு அந்தக் கிணற்றின் தண்ணீரை உபயோகிப்பதை நிறுத்திவிட்டனர்.

இரண்டு தலித் இளைஞர்கள் தாக்கப்பட்டனர். உத்திரப் பிரதேசத்தின் ரேபரேலி மாவட்டத்தில் ஒரு
காரில் வைத்திருந்த செல்போனைத் திருடியதாகக்
குற்றம்சாட்டப்பட்டு கிராமத்தைச் சேர்ந்தவர்களால்
கை, கால் கட்டப்பட்டு பல மீட்டர் தூரத்திற்கு இழுத்துச்
செல்லப்பட்டதாகப் போலீஸ் தெரிவித்தது. அஜய்நாத் (15)
மற்றும் ரவிசங்கர் ராய்தாஸ் (14) லக்னோவிலிருந்து 80
கி.மீ தூரத்திலுள்ள லட்சுமினியா கிராமத்தைச் சேர்ந்தவர்கள்.
ஞாயிற்றுக்கிழமையன்று கிராமத்தில் வாகனங்களை கூட்டி
வியாபாரம் செய்யும் பல்பீர்சிங்கின் ட்ரக்கிலிருந்து செல்போனைத்
திருடியதாகக் குற்றம் சாட்டப்பட்டனர். சிங்குக்குச் செல்போன்
கிடைக்கவில்லை. இதனால் கோபம் கொண்ட அவர் தன்
நண்பர்கள் மூவருடன் சேர்ந்து இந்தச் சிறுவர்களை மரத்
தடிகளால் தாக்கியதோடு அவர்கள் தலையையும்
மொட்டையடித்தார்கள். பிறகு கயிற்றில் கட்டி
பல மீட்டர் தூரத்துக்குக் கிராமத்தில்
இழுத்துச்சென்றனர்.

தலைநகரை உலுக்கியது கௌரவக் கொலை

புது தில்லி, மெயில் டுடே, ஜூன் 15, 2010

தலைநகர் முழுவதும் அதிர்ச்சி அலைகளைப் பரவவிட்ட சம்பவம் அது. வடமேற்கு தில்லியிலுள்ள ஸ்வரூப் நகரில் ஞாயிற்றுக்கிழமையன்று நள்ளிரவில் 19 வயதுப் பெண்ணையும் அவளுடைய காதலனையும் அவளுடைய குடும்பத்தார் கண்டாந்தடியால் தாக்கி மின்சாரத்தைப் பாய்ச்சிக் கொன்றனர். இவர்களது காதல் விவகாரம் தெரியவந்ததும் அவளது குடும்பத்தினர் ஆஷா சைனியையும் அவளது (தலித்) காதலன் யோகேஷ் ஜாதவையும் பிரித்து வைத்தார்கள். இருவரும் வெவ்வேறு சாதியைச் சேர்ந்தவர்கள். வடகிழக்கு டில்லியைச் சேர்ந்த ஆஷா, ஸ்வரூப் நகரில் உள்ள அவளுடைய மாமன் வீட்டுக்கு 15 நாட்களுக்கு முன்னர் அனுப்பப்பட்டாள், ஆனால் யோகேஷ் எப்படியோ தன் காதலியை ஞாயிற்றுக்கிழமை நள்ளிரவில் சந்தித்துவிட்டான்.

'தீண்டத்தகாத' இந்திய நாய் பற்றிய பிரச்சினை

(மொரீனா, மத்திய பிரதேசம்) பி.பி.சி. செய்திகள், செப்டம்பர் 24, 2010

உயர் சாதியினர் வீட்டு நாய் ஒன்றுக்குச் சோறு அளித்ததற்காக தலித் பெண் ஒருவர் அபராதம் செலுத்தியது பற்றி போலீஸ் விசாரித்துக்கொண்டிருக்கிறது. தற்போது துரத்தப்பட்டுவிட்ட அந்த நாய்க்கு உணவு அளித்ததற்காக தன்னிடம் கிராமப் பஞ்சாயத்து ரூ. 15,000ஐ அபராதம் கேட்பதாக அந்தப் பெண் கூறியுள்ளார். இந்தச் சம்பவம் மத்திய பிரதேசம் மாநிலத்தின் மையப் பகுதியில் அமைந்துள்ள மொரீனா மாவட்டத்தின் மாலிப்பூர் கிராமத்தில் நடந்தது. "நான் ரொட்டிகள் செய்து தோட்டத்தில் வேலை செய்யும் என் கணவருக்காக எடுத்துச் சென்றேன். அவருக்கு உணவளித்த பிறகு கொஞ்சம் மீதமிருந்தது. அதை நான் அந்த நாய்க்குத் தந்தேன்" என்றார் தலித் பெண்ணான சுனிதா ... நாயின் சொந்தக்காரரான அம்... உணவளிக்கும்போது ... கிராரி இதைப் பார்த்து மிகவும் கோபமடைந்தார் ... நாய்க்கு உணவளித்துவிட்டாய். இப்போது அந்த ... தீண்டத்தகாததாகிவிட்டது".

மேலும் ஒரு பாலியல் பலாத்காரம்

சபீனா பக்வாவ்டர்

டைம்ஸ் ஆஃப் இந்தியா, அக்டோபர் 29, 2006

நாக்பூருக்கு அருகிலுள்ள கைர்லாஞ்ஜி கிராமம், செங்கல் குடிசைகளும், சிமெண்ட் வீடுகளும் கொண்டது. 200க்கும் குறைவான குடும்பங்களே இங்கு வாழ்கின்றன. விவசாய நிலங்களுக்குக் குறுக்கே புழுதி மிகுந்த சாலைகள் ஓடுகின்றன. செப்டம்பர் 29ஆம் தேதிக்கு முன்னால் இந்தக் கிராமத்தில் எப்போதும் அமைதி இருந்தது. நேரில் பார்த்த சாட்சியங்களின்படி உயர்சாதிக் கும்பல் ஒன்று ஒரு தாயையும் அவருடைய 19 வயது மகளையும் நிர்வாணமாக்கி ஊர்வலமாக இழுத்துச் சென்று அவர்களைக் கற்பழித்துக் கொன்றது. அந்தக் குடும்பத்தின் மற்ற இரு உறுப்பினர்களான 19, 21 வயதுள்ள சகோதரர்களும் கொல்லப்பட்டனர். அவர்களது உடல்கள் ஒரு ஓடையில் வீசப்பட்டன. 38 பேர் கைது செய்யப்பட்டு போலீஸ் காவலில் வைக்கப்பட்டுள்ளனர். இந்த கோரச் சம்பவம் மும்பையில் இருந்து 780 கி.மீ. தொலைவில் நடந்தது. தேசம் முழுவதும் பதற்றம் ஏற்படுத்த இயலாத அளவுக்குத் தொலைவு. இந்தக் கொடுமை எந்த வகையிலும் முக்கியச் செய்தியாக ஆகவில்லை...

அதிகக் கூலி கேட்டதற்காகத் தலித் கொலை

மத்தியப்
பிரதேச மாநிலத்
தலித் ஒருவர் தான்
அதிகக் கூலி கேட்டதற்க
ரமேஷ் ஜாதவ் தான் செ
விவசாயி ஸ்ரீராம் லோதிடம்
ஏற்கெனவே வாங்கிக்கொ
38 வயதாகும் இவ

TIMES NATION

Untouchabilty alive & kicking Indi

Dalits Have Little Access To Temples. Their Kids Are Made To Sit Separately In Sch

THE TIMES OF INDIA, NEW DELHI
MONDAY, AUGUST 3, 2009

அம்பேத்கர்: இவருக்கு காந்திஜியையும் நேருவையும்விட அதிக சிலைகள் வைக்கப்பட்டிருக்கு. ஆனால் அவரோட வாழ்க்கையைப் பற்றியும் அவருடைய சாதனைகளைப் பற்றியும் தெரிஞ்சவங்க கொஞ்ச பேர்தான்.

அங்க செய்யற வேலைகளுக்காக சம்பளம்னு எதுவும் கிடைக்காது.
இப்படித் தான் தலித்துகள் இந்தியாவில் நீண்ட காலம் வாழ்க்கை நடத்திக் கிட்டிருந் தாங்க.
ஜாதி இந்துக் களின் கடையில பொருள் வாங்க கதவுக்கு வெளியே நிக்கணும்.
ஜாதி இந்துக்கள் வீடுங்கள்ல இருந்து கொல்லைப்புறத்துல சாப்பாடு வாங்கிக் கணும்.
கிராமத்து மக்களுக்கு எடுபிடி வேலைகள் செய்வது...
சிறுவன் பீம் அம்பேத்கர் அந்த அளவுக்கு மோசமான வாழ்க்கையை அனுபவிக்கல. ஆனா ஜாதியால கசப்பான பல அனுபவங்கள் ஏற்பட்டுச்சு.

பகுதி 1

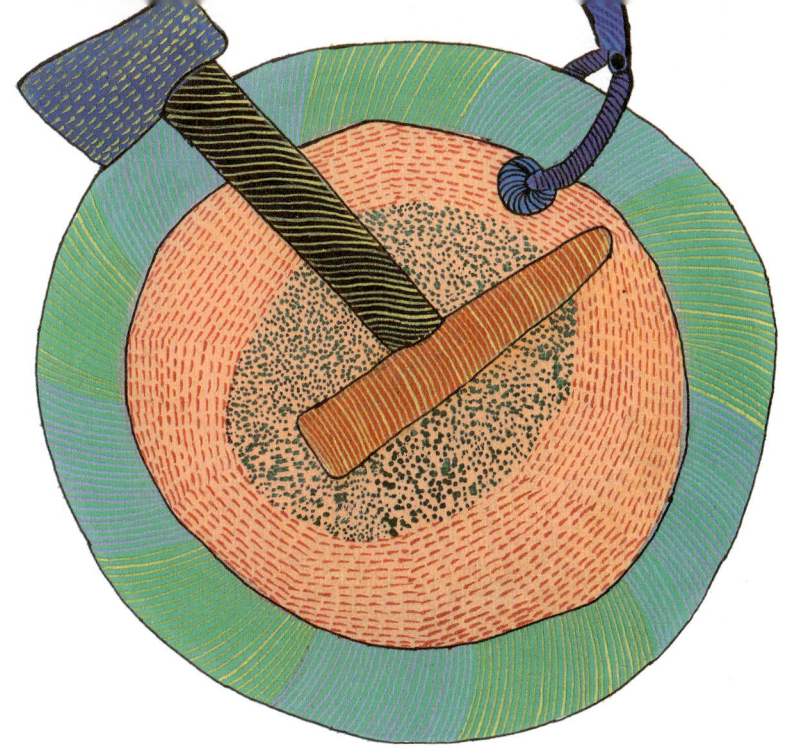

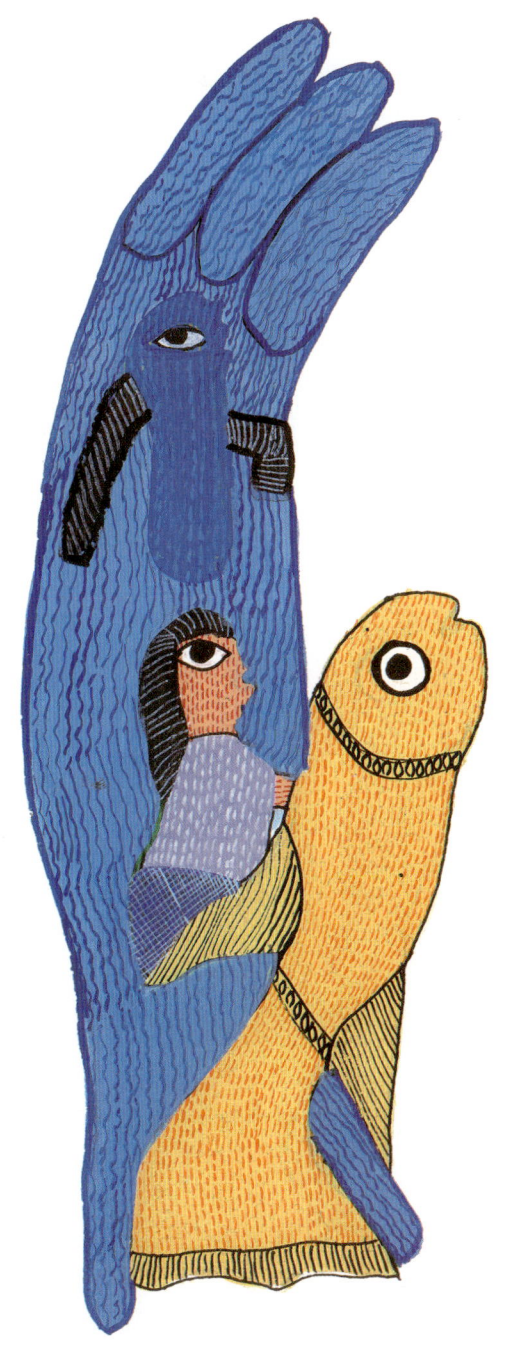

கண்ணீர்

1901: மேற்கு இந்தியாவில் சதாரா என்னும் நகரத்தில் உள்ள ஒரு பள்ளிக்கூடம்.
நீயும் வரியா?
நான் உங்களோட விளையாடக் கூடாது.

பத்து வயது அம்பேத்கர் மற்ற மாணவர்களிடம் இருந்து ஒதுங்கி ஓரமாக அமர்ந்திருக்கிறார். எப்போது ஸ்கூல் விடும் என்று பார்த்துக்கொண்டிருக்கிறார்.
ஸார், நான் தண்ணி குடிக்கட்டுமா?
பீம்! எப்பவுமே உன்னால தொந்தரவு தான். பெல் அடிக்கிற வரைக்கும் காத்துகிட்டிருக்க முடியாதா?
என்ன செய்யறது? நீ ஒரு மஹர். தலைமுடிய அடிக்கடி வெட்டிக்கிட்டா கொறைச்சலாதான் தாகம் எடுக்கும். உன்னைப் பார்த்தா சாதாராவுல நாவிதர்களே இல்லங்கற மாதிரியில்ல இருக்கு!
ஸார், பெல் அடிச்சவுடனே எல்லா பசங்களும் தண்ணி குடிக்க குழாயடிக்குப் போறாங்க. எல்லாரும் குடிச்சு முடிச்சதும் பியூனும் வீட்டுக்குப் போயிடறாரு. நானும் குழாயைத் தொடக் கூடாது.
நாவிதர்கள் எங்களத் தீண்ட மாட்டாங்கன்னு இவருக்குத் தெரியாதா?

இங்க எதுக்கு நிக்கறே? நான் தண்ணி அடிச்சு முடிச்சுட்டேன்... சொல்றேன்ல.
இவ்வளவு நேரம் காத்துக் கிட்டிருந்தேனே. வீட்டுக்கு போக ரொம்ப தூரம் நடக்கணும்.

சார், பியூன் எனக்கு தண்ணி தர மாட்டேங் கறாரு.
என்ன நாயக் இப்படிச் செய்யறே? இவனுக்குத் தண்ணி தர்றது தானே.
சார், இவனைக் குழாய் பக்கத்துல விட முடியாது. நான் தொட்டியில தண்ணி ரொப்பி அதுலேருந்து எடுத்துதான் இவனுக்கு தண்ணி ஊத்த முடியும். எனக்கு நிறைய வேலை இருக்கு.
முட்டாள் பிரிட்டிஷ் கவர்மெண்ட் மேலதான் தப்பு. இந்த பசங்களையும் மேல் ஜாதிப் பசங்களையும் ஒரே ஸ்கூல்ல படிக்க சொல்றாங்க. வெள்ளைக்காரங்களுக்கு நம்ம பழக்கங்களப் பத்தி ஒண்ணும் தெரியாது.
கொஞ்சம் பொறு. நீ போகும்போது நீ உட்கார்ற கோணியையும் எடுத்துக்கிட்டுப் போ. பெருக் குறவங்க வந்தா அந்தக் கோணியத் தொட மாட்டாங்க. பிறகு அந்த இடத்தைச் சுத்தம் செய்ய முடியாது.

*நாம்தேவ் தாஸலின் "தண்ணீர்" கவிதை.
திலீப் சித்ரேயால் மராத்தியிலிருந்து மொழிபெயர்க்கப்பட்டது.

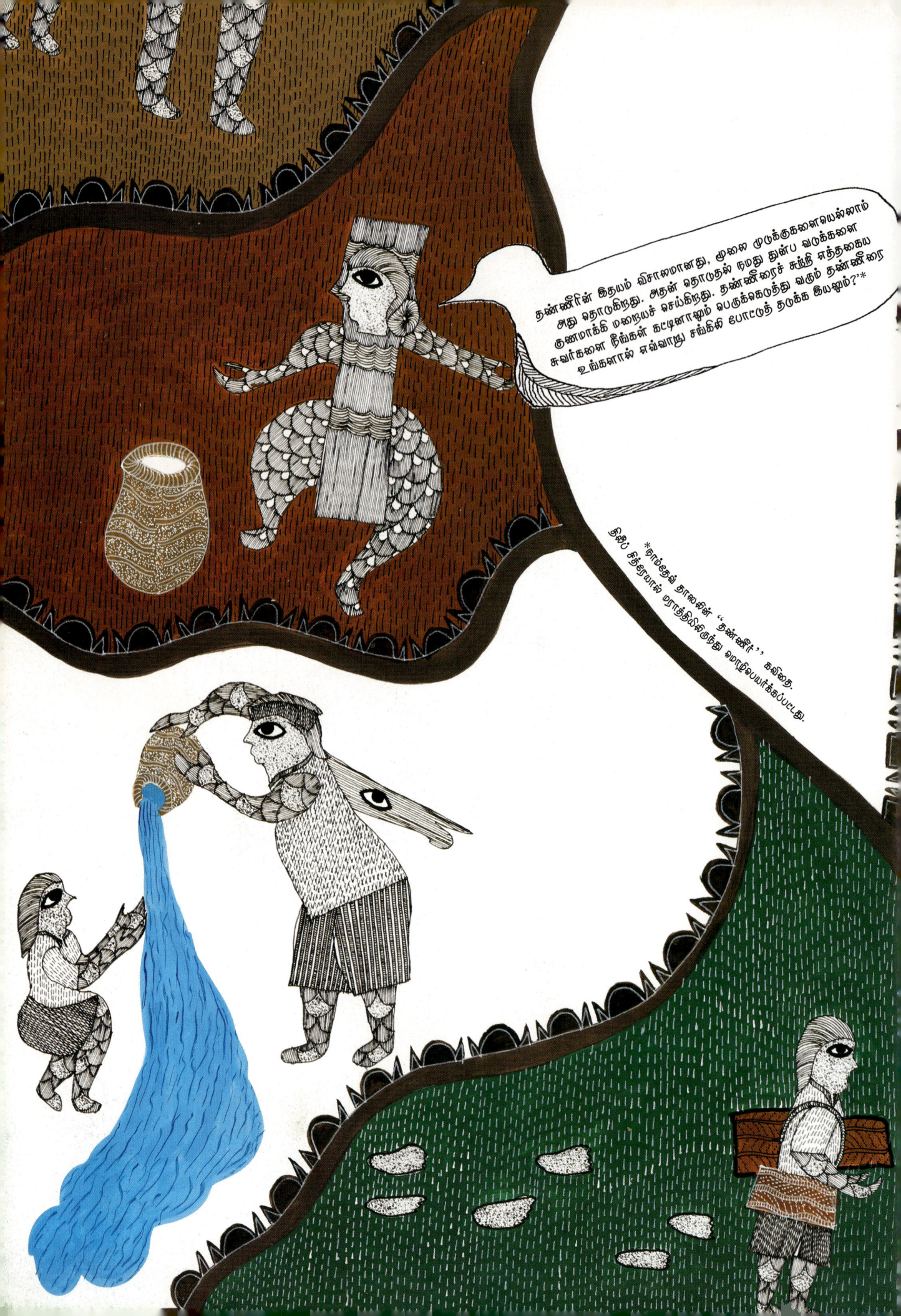

எருமைகளைக்கூட தேய்த்துக் குளிப்பாட்டுவார்கள். ஆட்டு உரோமத்தைக் கத்தரிப்பார்கள். ஆனால்
மஜுரின் தலைமுடியைக் கத்தரிக்க மாட்டார்கள். அதைவிட அவன் கழுத்தையே அறுப்பார்கள்.
மற்ற பையன்கள் தண்ணீர் குடிக்கலாம். விலங்குகள்கூட
வயிறு முட்டக் குடிக்கலாம். ஆனால் எனக்கு
தாகம் எடுக்கும்போது கிராமமே
பாலைவனமாக மாறிவிடுகிறது.

மீரா அத்தை, மத்த பசங்களை மாதிரி நானே ஏன் குழாயைத் திறந்து தண்ணி குடிக்கக் கூடாது?
தினமும் எங்கிட்ட இதே கேள்வியை கேட்கிறே. நீ தீண்டாதார்னு உனக்கே தெரியும். நாம இதைப் பத்திப் பேச வேணாம்.
பீமா! சீக்கிரம் வந்திட்டியே! பிரச்சினை எதுவும் இல்லையே!
ஏன்? நான் அவங்களை விட சுத்தமா தானே இருக்கேன்!
ஷ்ஷ்ஷ்... இது மாதிரியெல்லாம் பேசினால் வம்புல மாட்டிப்பே.
குறை சொல்லாதே. நீ அதிர்ஷ்டசாலி...
"உங்க தாத்தா மாலோஜி சக்பால் வெள்ளைக்காரங்க ஆர்மியில சேர்ந்தாரு.
"அப்புறம் உங்கப்பா ராம்ஜீயும் ஆர்மியில சேர்ந்து சுபேதாரா ஆனாரு.
"இல்லன்னா நாம இப்பவும் குப்பைய அள்ளிக்கிட்டு இருப்போம்."
கவலைப் படாதே. உனக்கு இப்ப பசிக்கிது இல்ல.
நான் போய் கொஞ்சம் அரிசியும் மட்டனும் வாங்கிகிட்டு, அப்படியே மஞ்சு அக்கா கிட்ட போய் முடி வெட்டிக்கிட்டு வர்றேன். பல்ராம் வந்தவுடனே நாம புலாவ் சமைக்கலாம்.

உங்களுக்கு சாப்பிட புலாவ் இருக்கு. என் கால் ரொம்ப பலவீனமா இருக்கு. தாயில்லாத என்னோட மருமக்களுக்கு என்னால இதக்கூட செய்ய முடியல!
நீங்க நல்லா பாத்துக்கறீங்கன்னு அப்பா சொல்லுவாரு. லெட்டர் வந்ததா?
ஆமாமாம். அவர் கோரேகான்ல அரசாங்கம் சார்பா பஞ்சத்துல கஷ்டப்படற மக்களுக்காக புதுசா ஒரு குளம் கட்டிக்கிட்டிருக்காறாம். லீவு எடுக்க முடியாதாம். ஆனா கோடை விடுமுறையை நீங்க கோரேகாவ்ல வந்து கழிக்கலாம்னு சொல்லியிருக்காரு.
ஹையா! அப்ப நாங்க டிரெயின்ல போலாம்! பல்ராம் கிட்ட உடனே இத சொல்லணுமே. சரி, நான் மார்க்கெட்டுக்குப் போறேன்.
கோரேகாவ்ல மக்களுக்காக குளம் கட்டறதுக்கு எங்கப்பா உதவறாரு. அதைச் செய்ய லைன்னா மக்கள் பஞ்சத்தாலயும் செத்துப் போவாங்க. ஆனா அவர் பையனான எனக்கு ஸ்கூல்ல தண்ணி கிடைக்கலை.
பொதுக் குழாயில எங்களுக்குத் தண்ணி கிடைக்காது. நாவிதர் முடிவெட்டி விட மாட்டார். வண்ணார் எங்க துணியை வெளுக்க மாட்டார். மத்தவங்களவிட ரெண்டு மடங்கு பணம் கொடுத்தாலும் எங்க துணியை தொட மாட்டார். விலங்குகள்கூட அதிக சுதந்திரத்தோட இருக்கு.
மஞ்சு அக்கா, இந்த ஊர்லயே நீதான் சிறந்த நாவிதர்.

வாரங்கள் கழித்து...

SATARA
சாதாரா
பசங்களா பிளாட்பார்ம் ஓரத்துக்குப் போகாதீங்க. ரயில் நசுக்கிடும்.
பல்ராம், மயங்கி நிக்காத. சீக்கிரம் போய் டிக்கெட் எடு.
கவலைப் படாதீங்க அத்தை !
ரயில் போயிடப் போகுது. சீக்கிரம் !

மதூருக்கு நாலு டிக்கெட் குடுங்க!
அந்த பச்சைக் கலர் சோடா என்ன விலை?
அதுவா, ரெண்டு அணா.
கண்டதையெல்லாம் வாங்க ஆரம்பிச்சிட்டீங்களா!
பல்ராம், பீமா, உங்க தம்பிங்களை நல்லபடியா பார்த்துக்கங்க. செத்துப் போன உங்க அக்காவோட பசங்க. தாயில்லாப் பிள்ளைங்க! சாப்பாட்டுக் கூடை யாருகிட்ட இருக்கு?
புது தொப்பி பத்திரம். ஷூவைத் தேச்சி தேச்சி நடக்காதீங்க. ஷூவால புது வேஷ்டியின் ஜரிகை கரையெல்லாம் கிழிஞ்சிடப் போகுது.
நீங்க கவனிக்க வேண்டியதையெல்லாம் சொல்லி உங்கப்பா போட்ட கடுதாசி யாருகிட்ட இருக்கு?

எங்கிட்ட இருக்கு மீரா அத்தை! நீங்க சும்மா கவலைப் படாதீங்க!
அதை ஒரு கவர்ல போட்டு வை. இல்லேன்னா புதுச் சட்டை கறை பட்டுடும். அந்தச் சட்டை வெள்ளைக் காரன் கடையில வாங்கினது.
மதூர் ஸ்டேஷன் வந்ததும் இறங்க மறந்துறாதீங்க.
அப்பாவோட ப்யூன் ஸ்டேஷனுக்கு வருவாரு. அப்பாகிட்ட என் ஆசிகளைச் சொல்லுங்க! அய்யோ!. கவலையிலேயே நான் செத்துருவேன் போலிருக்கே!
பசங்களா என்னை தனியா விட்டுட்டு போறீங் களே!

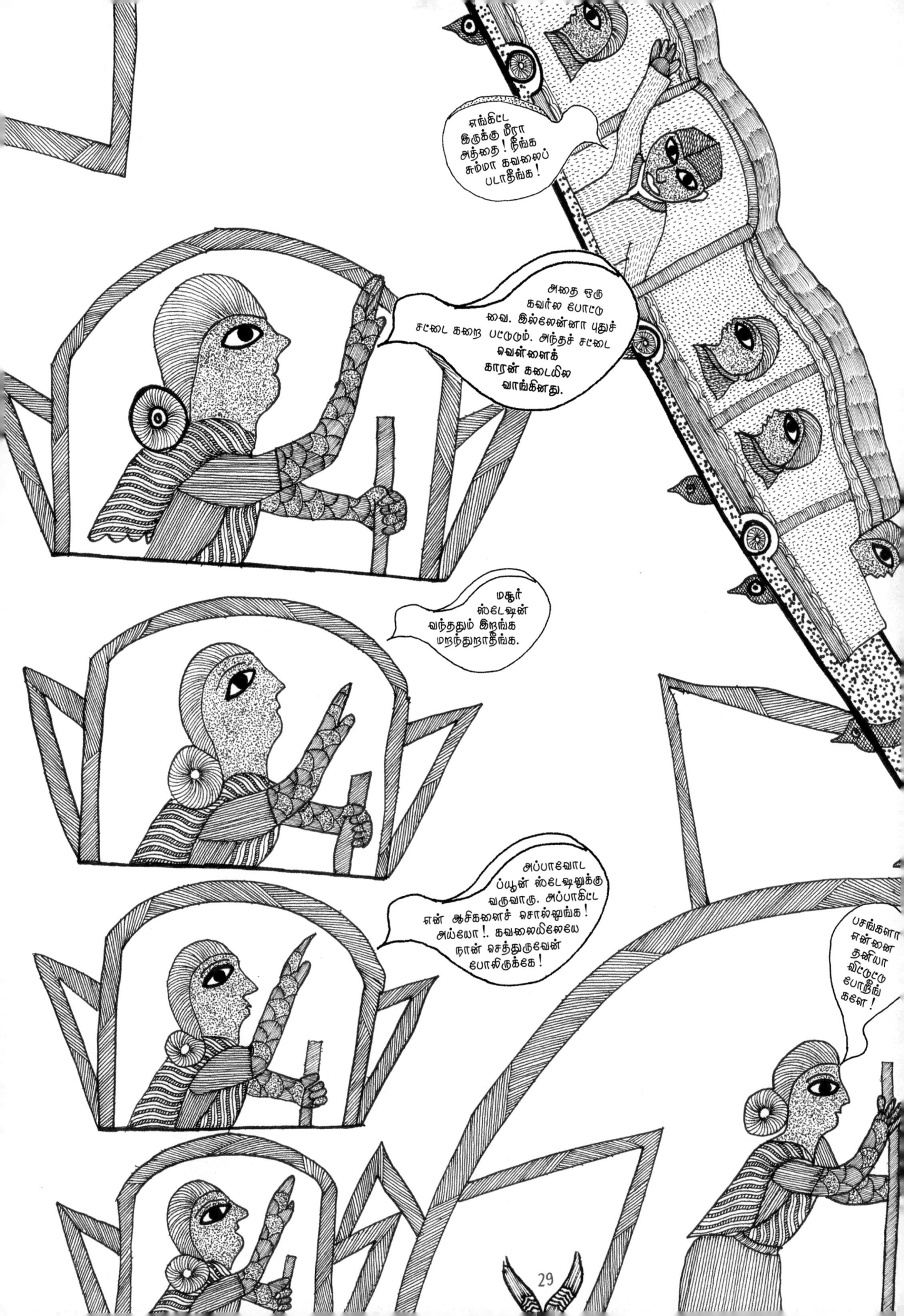

அக்கம் பக்கத்துல உள்ளவங்க உங்களப் பார்த்துப்பாங்க !
தனியா இருக்க கஷ்டமா இருக்குமே !

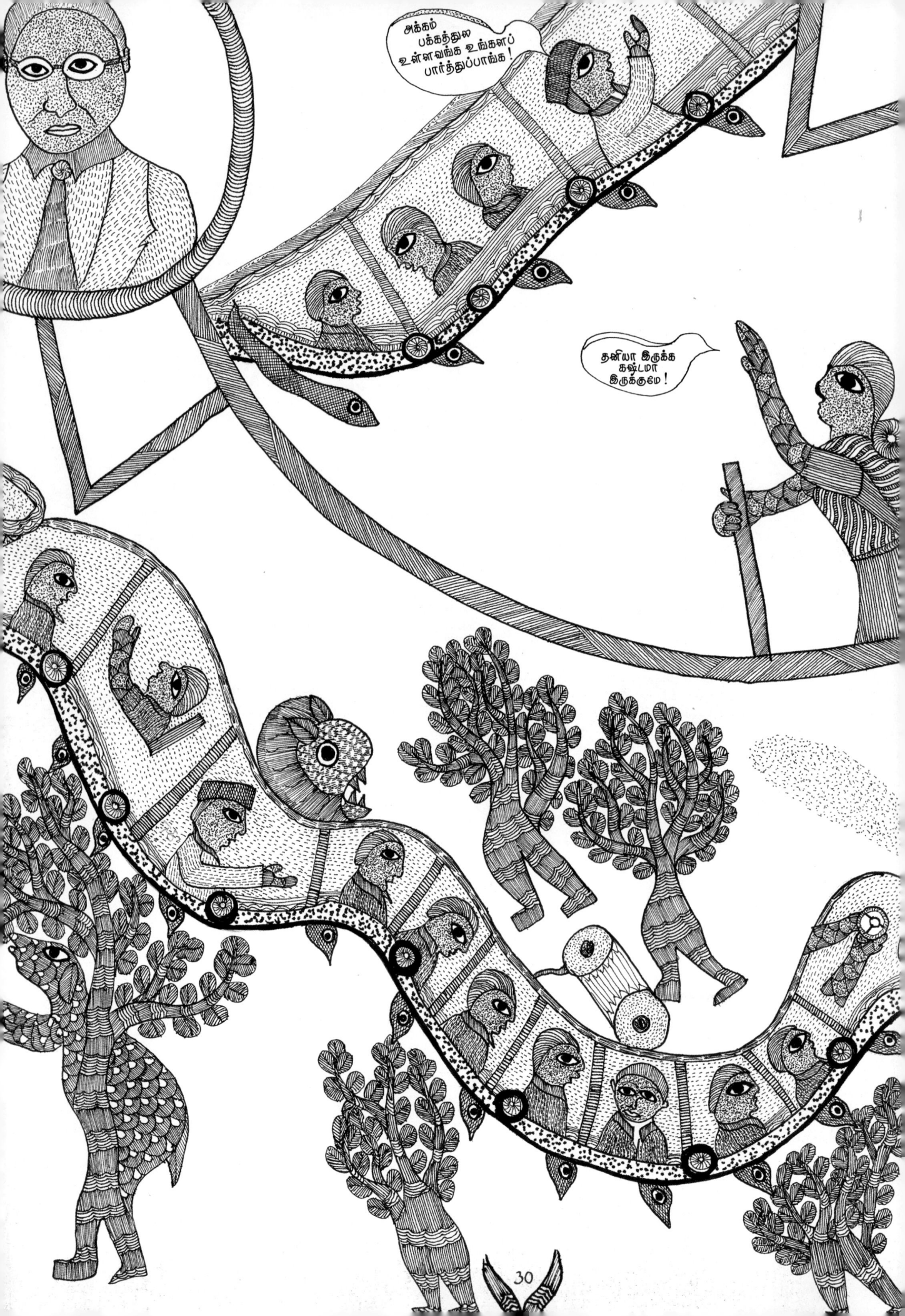

ரயில் புதுப்புது ஊர்களைக் கடக்கிறது.
பீமாவின் இதயம் சிறகடித்துப் பறக்கிறது.

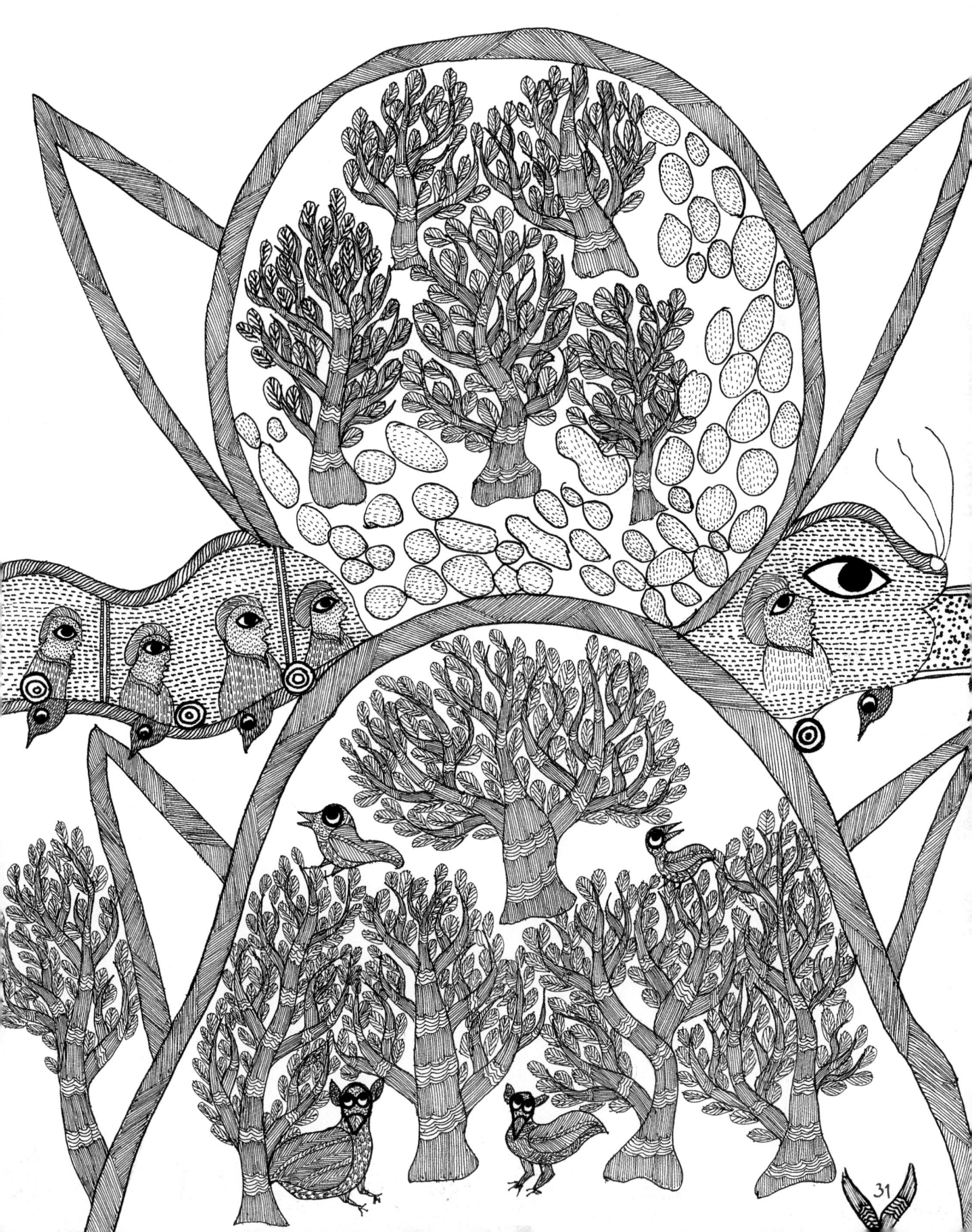

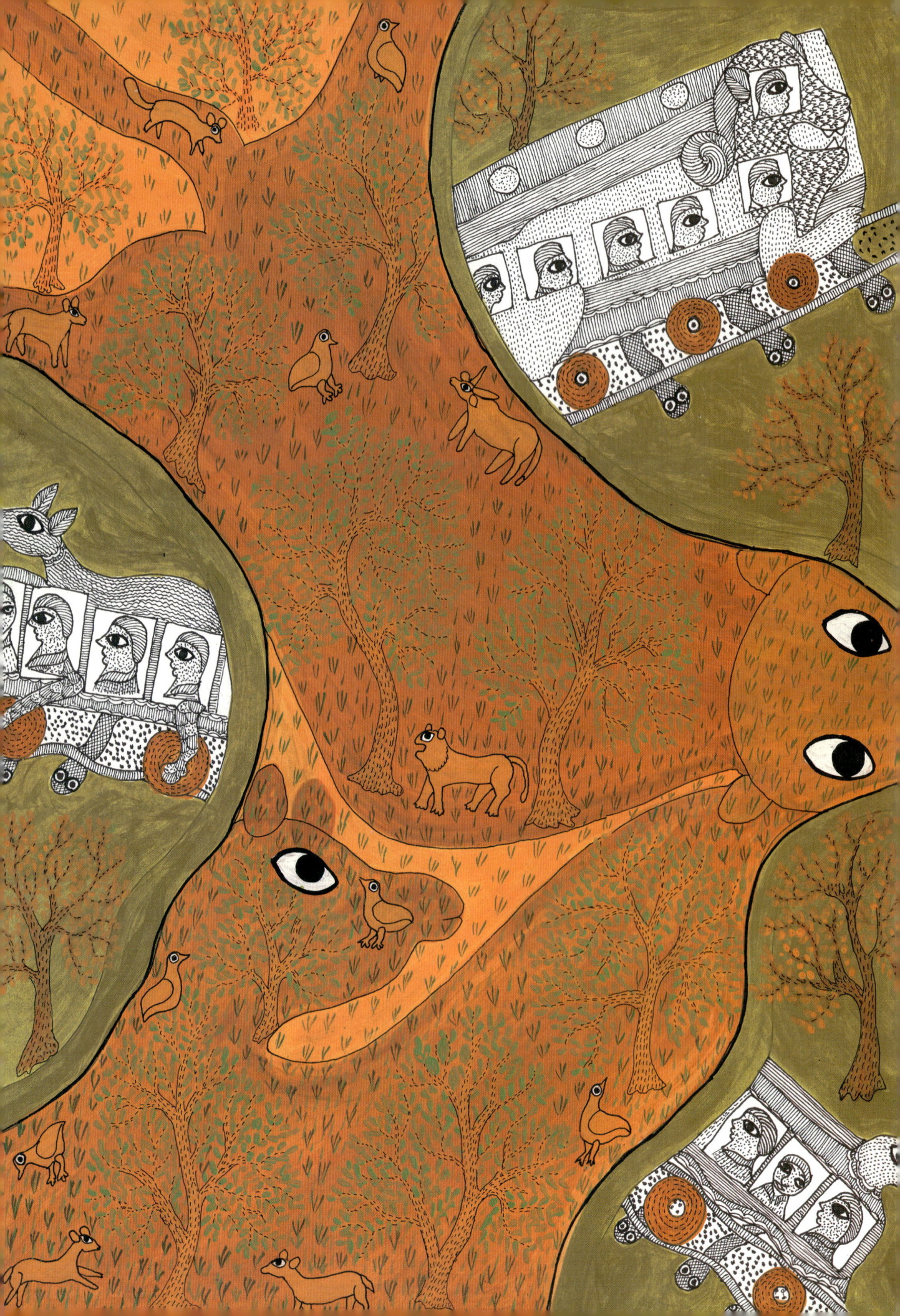

MASUK
மசூர்
ஸ்டேஷன் வந்தாச்சு. சீக்கிரம் இறங்கலாம் வாங்க.
“நேரமாயிட்டே போகுதே! அப்பாவை எங்க காணோம்! ஒருவேளை ப்யூனை அனுப்பியிருக்காரோ...
“ஒருவேளை நாம வர்றதையே மறந்துட்டாரா? நாம வர்ற விவரம் சொல்லி எழுதின கடிதத்தையும் மறக்காம போஸ்ட் பண்ணினேனே.”
அதோ டிரெயின்! யாராவது மசூரைத் தாண்டிப் போவாங்கன்னு நம்பறேன். கொஞ்ச நாளா சவாரியே கிடைக்கலை.

“அதோ ஸ்டேஷன் மாஸ்டர்! அவரு உதவறாரா பாப்போம்.”
எல்லாரும் போயிட்டாங்க. உங்களை கூட்டிக் கிட்டுப் போகறதுக்கு யாரும் வரலயா?
நாங்க கோரேகாவுக்குப் போகணும். எங்கப் பாவோ அவருடைய பியூனோ வருவாருன்னு காத்திருக் கோம்.
யாரும் வர்ற மாதிரி தெரியலையே...
பார்த்தா புத்திசாலி பசங்களா தெரியுது. கையில காசு இருக்கற மாதிரி தெரியுது. நீங்களே போலாமே?
எப்படி போறதுன்னு எங்களுக்கு தெரியாதே.
ம்ம்ம்... பார்த்தா நல்ல குடும்பத்துப் பசங்களா தெரியுது! உங்களுக்கு உதவ யாராவது கிடைக்கிறாங் களான்னு பாக்கறேன்...

இன்னிக்கு உங்களை தங்க வெச்சிக்க முடியுமான்னு என் மனைவிகிட்ட கேக்கறேன்... நீங்க எங்கேந்து வர்றீங்க.
சதாரா
அவ்வளவு தூரத்திலேந்தா? உங்க குடும்பம்?
நாங்க மஹர் குடும்பம்.
தீண்டத்த காதவங்களா! உங்களைப் பார்த்தா யாராவது நம்புவாங்களா... நீங்க இங்கேருந்து போயிடறது நல்லது.
வண்டி கிடைச்சா போயிடுவோம். தயவுசெய்து உதவி செய்யுங் களேன்!

அட பீமா! நீ ஏன் அவர்கிட்ட நாம மஹருங்கறதைச் சொன்னே. பாரு அவரும் போயிட்டாரு. திரும்பி வர மாட்டாரு.
காலையில நாம எவ்வளோ சந்தோஷமா இருந்தோம். அந்த சந்தோஷமெல்லாம் எங்கே மறஞ்சிடிச்சு? எல்லாமே தலைகீழா மாறிப் போச்சே...
ஒருவழியா ஒரு வண்டிக்காரனை ஏற்பாடு பண்ணிட்டேன். வண்டிக்காரங்கள்லாம் வரவே மாட்டோம்னு சொல்லிட்டாங்க. தீண்டத்தகாதவங்களை ஏத்திக் கிட்டுப் போறதுக்குப் பதிலா பட்டினி கிடக்கறதே மேலுன்னு சொல்றாங்க. நீங்க இரண்டு மடங்கு பணம் தரணும்.
நிஜமாவே அவங்க மஹர்தானா? பிராம்மணப் பசங்க மாதிரி இருக்காங்களே. எது எப்படியோ, அவங்க இரண்டு மடங்கு பணம் கொடுத்தாகணும்! அவங்க யாருக்காவது வண்டி ஓட்டத் தெரியுமா?
அவங்க இரண்டு மடங்கு பணம் தருவாங்க. அவங்களே ஓட்டு வாங்க. லக்ஷ்மண், நீ பின்னால நடந்துபோனா போதும். உன் பரிசுத்தமும் கெடாது. நீ தீட்டுப்பட மாட்டே.
என்ன?
எனக்கு தெரியும்
ஷ்ஷ்ஷ் நாம உடனே இங்கேந்து போகணும்.

இருட்டறதுக்குள்ள கோரேகாவ் போய் சேர்ந்துட முடியுமா?
மூனு மணி நேரத்துல போலாம். சாமானை எடுத்து வைங்க.
அவரு வண்டில ஏற மாட்டார். அது அவர் சுயமரியாதைக்கு இழுக்கு. எங்களால் அவருக்குக் கஷ்டம். அதற்காக இரு மடங்கு கட்டணம் !

இங்கேயே வண்டிய நிறுத் திட்டு சாப்பிடுங்க. வேற எங்கேயும் குடிக்கத் தண்ணீர் கிடைக்காது.
அய்யே! இந்தக் குட்டைல ஆடு மாடுங்கள்ளாம் தண்ணி குடிக்குது. நாம குடிக்க முடியாது! வண்டிக்காரனுக் காக காத்திருக்க வேண்டியதுதான்.
வண்டி கூடையில பாதியை இப்ப குடுங்க. நான் சாப்பிட்டுட்டு வர்றேன். அப்படியே வண்டி யையும் பத்திரமா பாத்துக்கங்க.
ரொம்பக் காரம்! கொஞ்சம் தண்ணி கொண்டு வரேன்.
நல்ல வேளை! மீரா அத்தை சாப்பாடு கட்டிக் குடுத்திருக் காங்க.
பாக்கவே ருசியா இருக்கு
ரொம்ப பசிக்குது
சீக்கிரமா வந்துடுங்க!

ஒரு மணிநேரம் கழித்து...
ாலை இரவில் சங்கமிக்கிறது. சக்கரங்களின் கிறீச்சொலி அமைதியைக்
குலைக்கிறது. எங்கள் இதயம் பயத்தில் அடித்துக்கொள்கிறது.
சாலை இருண்டு கிடக்கிறது
காற்று சுழன்று வீசுகிறது.
நகரத்து வெளிச்சம் நாடி
கண்கள் பூத்துப்போகின்றன
இப்ப மட்டும் இவருக்கு தீட்டு பட்டா பரவால்லையாமா?
ஷ்ஷ்ஷ்... அப்புறம் பேசிக்கலாம்! முதல்ல கோரேகாவ் போற வழியைப் பார்ப்போம்.

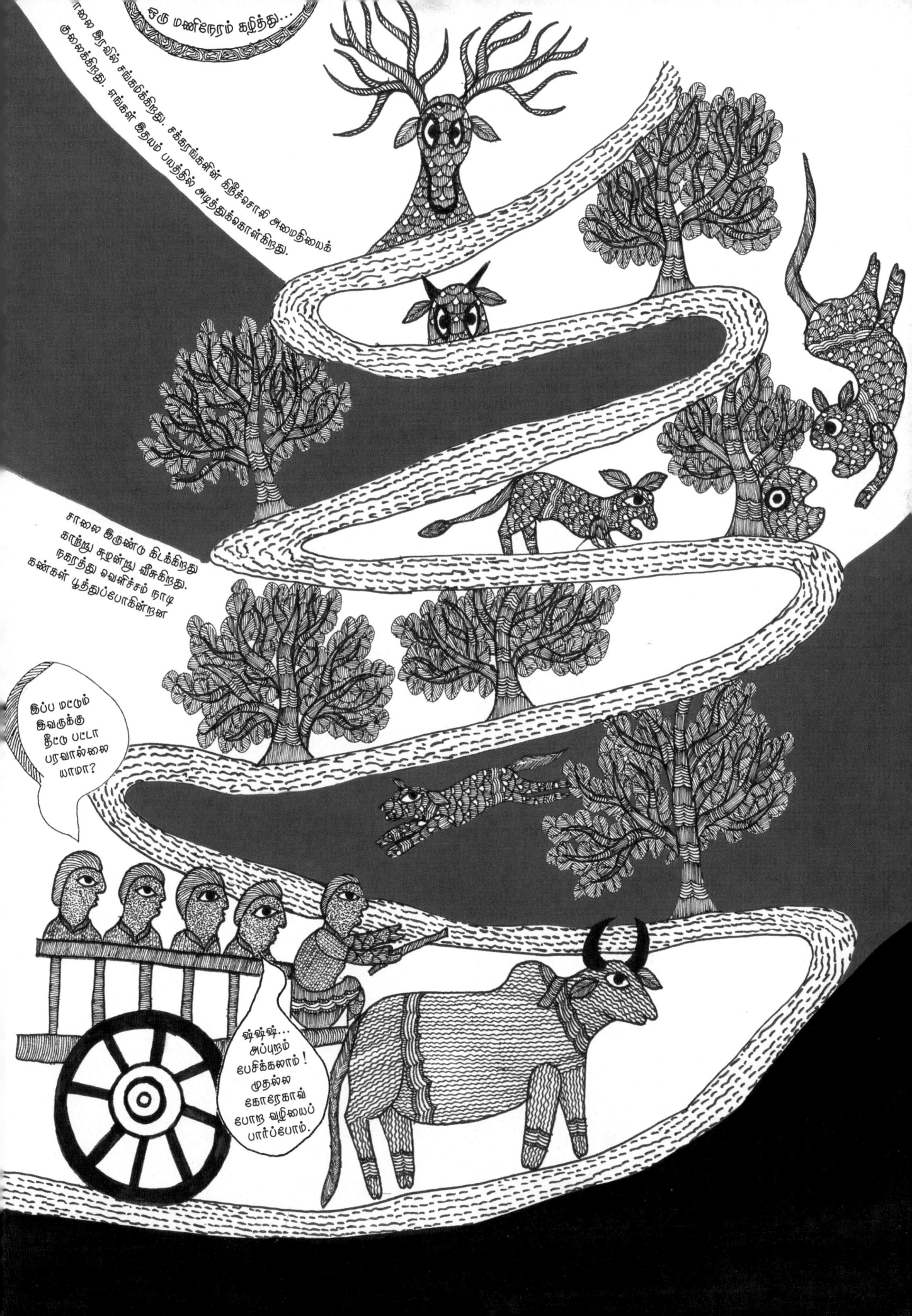

பயமா இருக்கு. தாத்தா இங்க இருந்தா நல்லா இருக்கும்.
எனக்கும் பயமாத்தான் இருக்கு. நாம புறப்பட்டு மூனு மணிநேரத்துக்கு மேல ஆச்சு. இவன் நம்மை எங்கயாவது கூட்டிட்டு போய். கொன்னுட்டு நம்மகிட்ட இருக்கற பொருளை எல்லாம் திருடிப் பானோ?
ஜாக்கிரதையா இருக்கணும். தங்கச் சங்கிலி போட்டுக்கிட்டு இருக்கோம்..
கோரே காவ் இன்னும் எவ்வளவு தூரம்?
ரொம்ப தூரம் இல்ல. சீக்கிரமே போயி சேர்ந் திடலாம். அதோ அங்க வெளிச்சம் தெரியுது பாரு! அங்கதான் சுங்கச்சாவடி இருக்கு.
நடு ராத்திரி ஆயிடிச்சி. இன்னும் நாம அந்த லைட்கிட்ட போகல!
சின்னப் பசங்க தூங்கிட்டாங்க. நாம வழி மாறிப் போயிட லேயே?

இதோ வந்துட்டோம். இந்த மலை வெளிச்சத்தை மறைச்சிருந்தது. அதுக்குள்ள அலுத்துக்க நீங்களே..
சுங்கச் சாவடியில இருக்கிறவரு இந்து. அவர்கிட்ட நீங்க முஸ்லீம்னு சொல்லுங்க. அதிர்ஷ்டம் இருந்தா உங்களுக்கு தண்ணி கிடைக்கலாம்.
இங்க இறங்கணும். எழுந் திருங்க !
கோரேகாவ் வந்தாச்சா? பசிக்குது, தாகமா இருக்கு.
கொஞ்சம் தண்ணி தர்றீங்களா? நாங்கள்லாம் முஸ்லீம்.
நீங்கள்லாம் யாரு? எங்கே இருந்து வர்றீங்க?
நல்லா ஏமாத்தப் பார்க் கிறீங்க ! எங்கிட்ட தண்ணி இல்ல. மலை மேல இருக்கு. முதல்ல கிளம்புங்க. நான் கொஞ்ச நேரமாவது தூங்கணும்.
ரொம்ப அநியாயம். சாப்பாடு இருக்கு. ஆனா சாப்பிட முடியாது. ஏன்னா யாருமே தண்ணி தர மாட்டங்க !

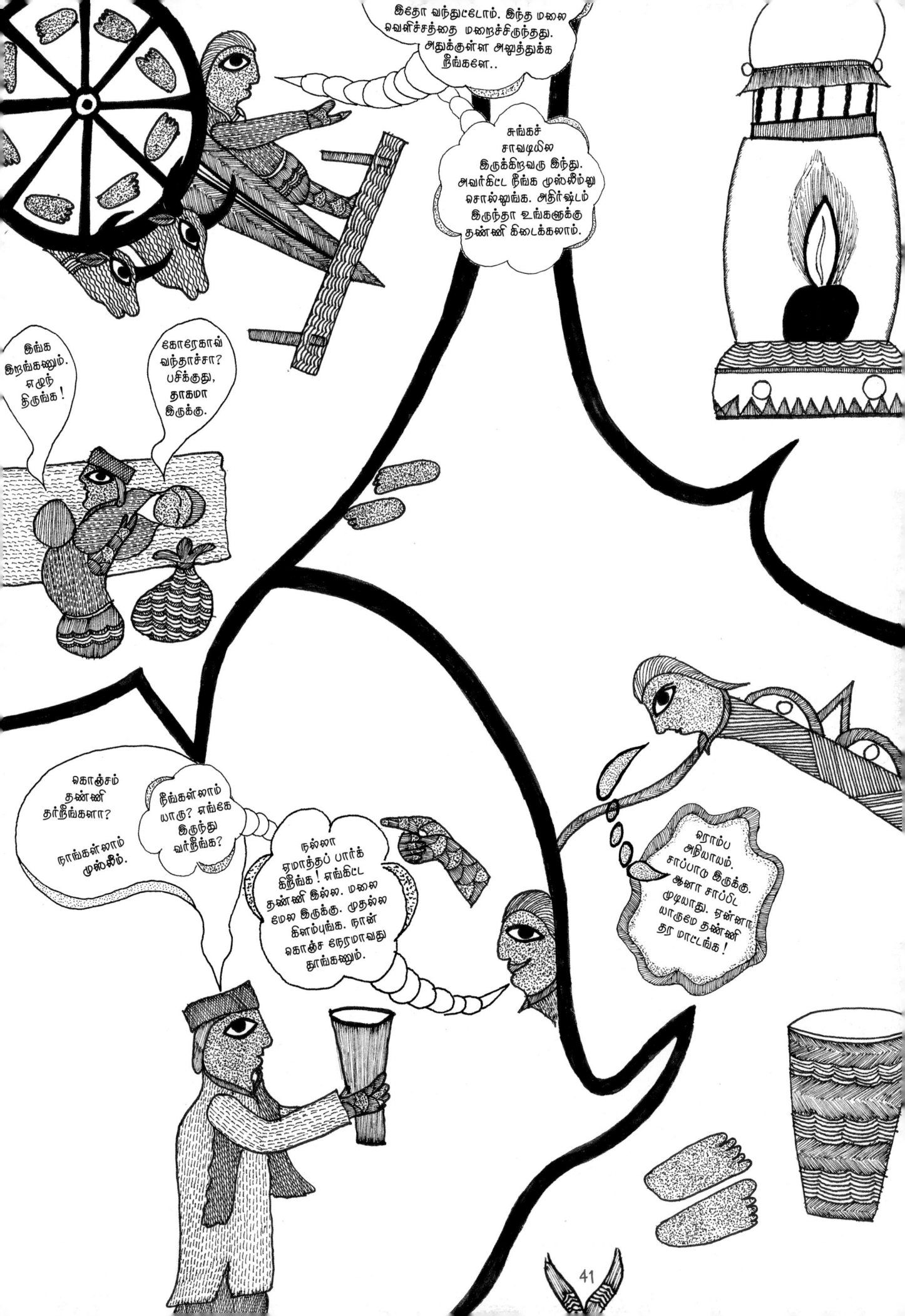

இரவெல்லாம் நாங்கள் பயணித்தோம். விடியும் பொழுதும் வந்தது.
தொடுவானம் போல எங்கள் வீடும்
நெருங்க முடியாமல் விலகிச் சென்றுகொண்டிருந்தது.

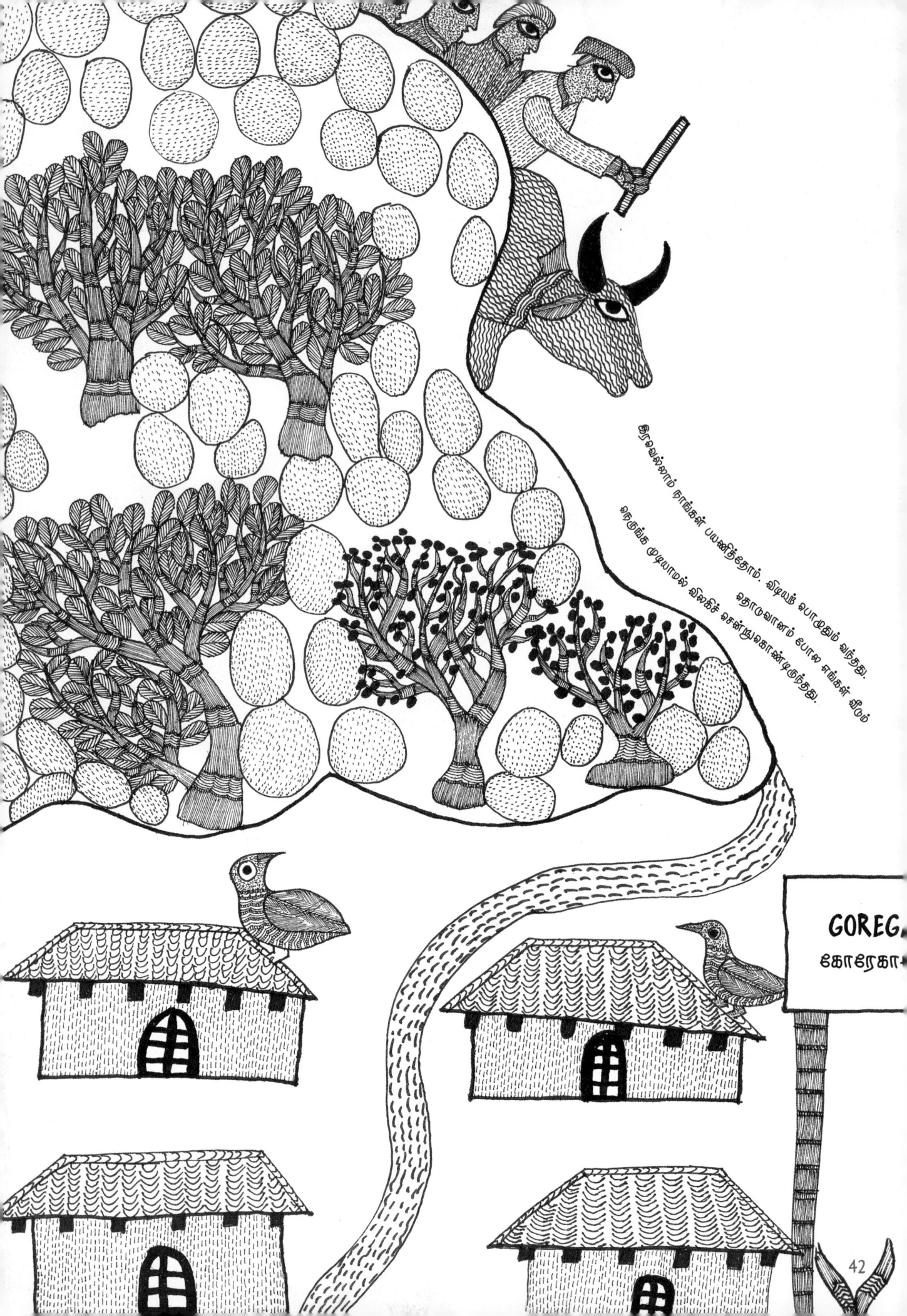

ஒரு வழியாக...
ராம்ஜி சக்பால் வீட்டுக்கு எந்த வழியா போகணும்?
இடது பக்கத்துல மூணாவது தெரு. வலது பக்கம் கடைசி வீடு.
கிரண்ஜி! ஏன் யாரும் ஸ்டேஷனுக்கு வரலை? அப்பா நல்லாதானே இருக்காரு? லெட்டர் கிடைக்கலையா?
வந்து... வாங்க, உங்கப்பா வைக் கூட்டிட்டு றேன்.

அப்பா! நான் கடிதம் எழுதி தபால்ல சேர்த்தேன். உங்க ப்யூன் கிரண் கைக்கு அது கிடைச் சிருக்கும்.
என்ன ஆச்சரியம்! பசங்களா நீங்கள் லாம் வர்றீங்கன்னு எனக்கு சொல்லவே இல்லையே! இங்க எப்படி வந்து சேர்ந்தீங்க?
சேச்சே. நீங்க கடிதம் போட்டிருந்தா நானே அழைச்சிட்டுப்போக வந்திருப்பேனே.
கிரண் கிட்ட கிடைச் சிருந்தா எங்கிட்ட அதை கொடுத் திருப்பானே... கிரண்... எங்கே?
ஒருவேளை அந்த லெட்டரை காமிக்காம மறைச் சிருப்பாரோ?
நான் கிளம்பிட வேண்டியதுதான்...

கிரனுடைய மறதியாலதான் தீண்டாமைக் கொடுமை பத்தின மறக்க முடியாத பாடத்தைக் கத்துக்கிட்டதா அம்பேத்கர் சொல்றாரு. அதுக்கு முன்னால ஜாதி காரணமாக அவமானங்களையும் கஷ்டங்களையும் அனுபவிக்காமல் இல்லை. இருந்தாலும் பத்து வயசுல அந்தப் பயணத்தின்போதுதான் முதன்முறையா ஜாதியால எந்த விதமான துன்பங்களையெல்லாம் அனுபவிக்க நேரும் என்ற உண்மையை முழுசா புரிஞ்சுக்க முடிஞ்சுது.
ஜாதி எப்படி ஒரு மனிதனுடைய தேவைகளை மறுக்க முடியும்கிற பாடத்தையும் புரிய வெச்சுது. தாகம் போன்ற அத்தியாவசியமான உணர்ச்சிகளைக்கூட அது மறுத்தது.
ஆனா இதெல்லாம் நடந்து நூறு வருஷத்துக்கு மேல ஆச்சு. இந்தக் காலத்துல அப்படி எல்லாம் எதுவும் நடக்கறதில்ல...
அப்படியா? இதே மகாராஷ்டிரால உள்ள சதாரா மாவட்டத்துல இப்பவும் என்ன நடந்துட்டிருக்குன்னு நீயே பாரு. பீமாவுக்கு பத்து வயசுல நடந்த அதே கொடுமைகள் இன்னும் நடக்குது...

சொந்தமாகக் கிணறு தோண்டியதற்காகத் தலித் கொலை.

ஹிந்துஸ்தான் டைம்ஸ்,
சதாரா, 4 மே, 2008.

கௌதம் (பெயர் மாற்றப்பட்டுள்ளது) சதாராவில் உள்ள மான் தாலுக்காவில் போலீஸ் கான்ஸ்டபிள். அவரால்கூடத் தன் மைத்துனர் மதுகர் காட்கேவைக் காப்பாற்ற இயலவில்லை.

48 வயதான காட்கே தலித் விவசாயி. மூன்று குழந்தைகளுக்குத் தந்தை. ரயில்வே துறையிலிருந்து ஓய்வுபெற்ற அவர் சில வருடங்களுக்கு முன்புதான் மும்பையிலிருந்து தன் சொந்த ஊருக்கு, தனக்குச் சொந்தமான 5 ஏக்கர் நிலத்தில் விவசாயம் செய்யச் சென்றார்.

அவர் தனது நிலத்தில் கிணறு தோண்டுவதை விரும்பாத உயர் ஜாதி இந்துக்கள், சென்ற வாரம் அவரைக் கொலை செய்தனர்.

அவர் அவ்வாறு தன் நிலத்தில் கிணறு எடுத்திருந்தால், அது குலக்ஜாய் கிராமத்தில் தலித்துக்குச் சொந்தமான நிலத்தில் அமைந்த முதல் கிணறாக இருந்திருக்கும்.

காட்கே மிகக் கொடூரமான முறையில் வெட்டிக் கொல்லப் பட்டிருப்பதாக போலீஸார் தெரிவித்துள்ளனர். அவருடைய மண் அள்ளும் இயந்திரம்கூடச் சேதமடையும் அளவுக்கு கொடூரமாக தாக்கப்பட்டிருக்கிறார்.

"அவர்கள் அவரைச் சாக விட்டுவிட்டுச் சென்று விட்டார்கள். அவர்களிடம் கோடாரியும் இரும்புக் கம்பிகளும் இருந்தன. அவரைத் தாக்கி ரத்தம் வழிந்து சாக விட்டுவிட்டுப் போய்விட்டார்கள்" என்று காட்கேயின் 21 வயது மகன் துஷார் கூறினார். அவர் உள்ளூர்க் கல்லூரியில் சட்டம் பயில்கிறார்.

நீருக்காகப் போர்: தலித் பெண்மணி உயிரோடு எரிப்பு

டைம்ஸ் ஆப் இந்தியா
போபால், 6 ஜூன், 2006.

வயதான தலித் பெண் உயர் ஜாதியைச் சேர்ந்த மூன்று நபர்களால் உயிருடன் கொளுத்தப்பட்டதாகக் குற்றம்சாட்டப் பட்டுள்ளது. மத்தியப் பிரதேசத்தில் உள்ள ஒரு கிராமத்தில் கைப்பம்பில் தண்ணீர் பிடிக்கும்போது ஏற்பட்ட தகராறு காரணமாக இச்சம்பவம் நடைபெற்றது.

55 வயதான பிரேம்பாய் கொளுத்தப்பட்டு 80 சதவிகிதம் தீக்காயங்களுடன் மோசமாக பாதிக்கப்பட்டிருந்தாக துணை டிவிஷனல் போலீஸ் அதிகாரி அபிஷேக் ரஞ்சன் தெரிவித்தார்.

இந்தச் சம்பவம் ஹர்தாவின் கன்டடா கிராமத்தில் நிகழ்ந்துள்ளது. பிரேம்பாய் அங்குள்ள கைப்பம்பைப் பயன்படுத்தியபோது உயர் ஜாதியைச் சேர்ந்த மூன்று பேர் தடுத்ததாக ரஞ்சன் கூறினார்.

பிரேம்பாய் மறுத்ததால் சண்டை மூண்டது. ஹீராலால், தினேஷ், ராஜேந்திரா ஆகிய மூவரும் அவரைக் கொளுத்தியதாகவும் தீக்காயம் காரணமாகப் பிரேம்பாய் புதன்கிழமையன்று மரணமடைந்ததாகவும் அவர் கூறினார்.

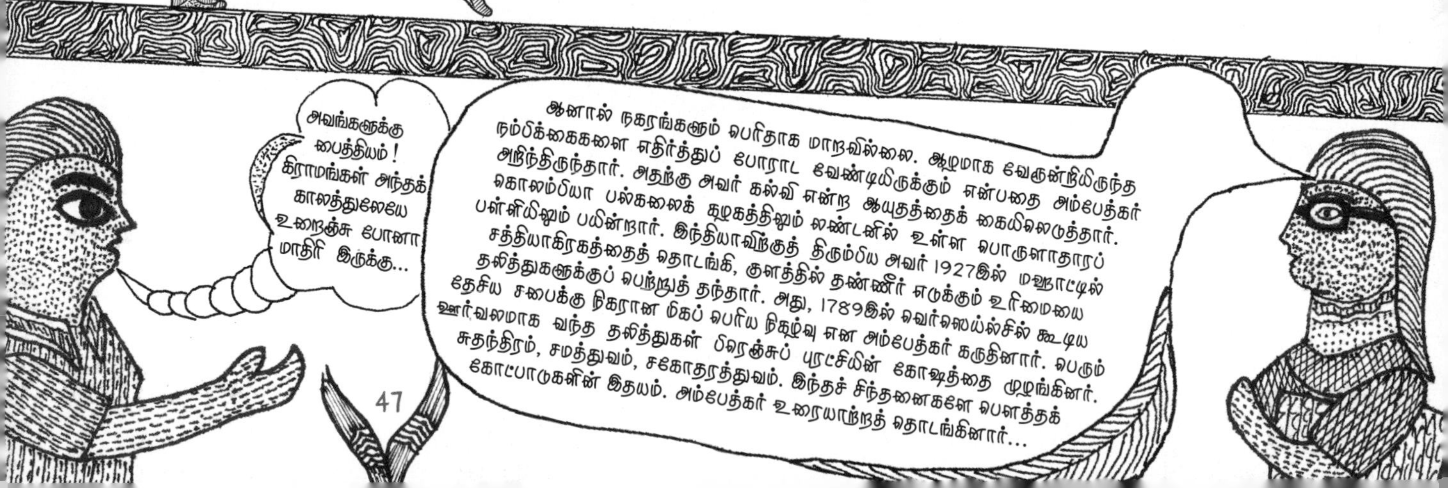

அவங்களுக்கு பைத்தியம்! கிராமங்கள் அந்தக் காலத்துலேயே உறைஞ்சு போனா மாதிரி இருக்கு...
ஆனால் நகரங்களும் பெரிதாக மாறவில்லை. ஆழமாக வேரூன்றியிருந்த நம்பிக்கைகளை எதிர்த்துப் போராட வேண்டியிருக்கும் என்பதை அம்பேத்கர் அறிந்திருந்தார். அதற்கு அவர் கல்வி என்ற ஆயுதத்தைக் கையிலெடுத்தார். கொலம்பியா பல்கலைக் கழகத்திலும் லண்டனில் உள்ள பொருளாதாரப் பள்ளியிலும் பயின்றார். இந்தியாவிற்குத் திரும்பிய அவர் 1927இல் மஹாட்டில் சத்தியாகிரகத்தைத் தொடங்கி, குளத்தில் தண்ணீர் எடுக்கும் உரிமையை தலித்துகளுக்குப் பெற்றுத் தந்தார். அது, 1789இல் வெர்செய்ல்சில் கூடிய தேசிய சபைக்கு நிகரான மிகப் பெரிய நிகழ்வு என அம்பேத்கர் கருதினார். பெரும் ஊர்வலமாக வந்த தலித்துகள் பிரெஞ்சுப் புரட்சியின் கோஷத்தை முழங்கினர். சுதந்திரம், சமத்துவம், சகோதரத்துவம். இந்தச் சிந்தனைகளே பௌத்தக் கோட்பாடுகளின் இதயம். அம்பேத்கர் உரையாற்றத் தொடங்கினார்...

‘‘மஹாடில் உள்ள இந்தக் குளம் பொதுச் சொத்து. மஹாடில் உள்ள ஜாதி இந்துக்கள் நியாய உணர்வு கொண்டவர்கள். அவர்கள் தாங்கள் மட்டும்தான் தண்ணீரைப் பயன்படுத்திக்கொள்ள வேண்டும் என்று எண்ணாமல் முஸ்லீம்களையும் பிற மதத்தினரையும் சுதந்திரமாகத் தண்ணீர் எடுத்துக்கொள்ள அனுமதித்துள்ளனர். மனிதர்களைவிடத் தாழ்ந்தவையாகக் கருதப்படும் பறவைகள், மிருகங்கள் போன்றவையும் தண்ணீர் குடிப்பதை அவர்கள் தடுப்பதில்லை. தீண்டாதவர்கள் மட்டும் அந்தத் தண்ணீரைக் குடிப்பதை அவர்கள் தடுப்பதன் காரணம், அந்தத் தண்ணீரை நாம் தொட்டுவிட்டால் அது அசுத்தப்பட்டுவிடும் என்பதோ அல்லது காற்றில் கரைந்து மறைந்துவிடும் என்பதோ அல்ல. தண்ணீர் எடுக்க நமக்கு அனுமதி கொடுத்தால் அவர்கள் பின்பற்றிவந்த புனிதமான சம்பிரதாயப்படி இழிவானவர்கள் என்று கருதப்பட்டுவந்த நாம் அவர்களுக்குச் சமம் என்று ஒப்புக்கொண்டதாகிவிடும். இந்தத் தண்ணீரைக் குடிக்காமலேயே நாம் வாழ்ந்துகொண்டுதான் இருக்கிறோம். நாம் குளத்துக்கு தண்ணீரைக் குடிப்பதற்காக மட்டும் செல்லவில்லை. நாமும் மனிதப் பிறவிகள்தான் என்பதை ஆணித்தரமாக வலியுறுத்திச் சொல்லவே அங்கு செல்கிறோம். சமத்துவத்தை நிலைநாட்டுவதற்காகவே இக்கூட்டம் கூட்டப்பட்டுள்ளது.
மஹாட் சத்யாகிரகம் நீண்டகாலப் போராட்டம். 1923இல் பாம்பே சட்டசபை அனைத்துப் பொது நீர் நிலைகளிலும், பொதுமக்கள் பணத்தில் அமைக்கப்பட்ட எல்லா இடங்களிலும் தீண்டாதாரும் தண்ணீர் எடுக்க அனுமதிக்கப்பட வேண்டும் என்று ஆணை பிறப்பித்தது. பிராமணர்கள் தலைமையில் உள்ளூர் இந்துக்கள் ஒன்று கூடி அவர்கள் காலங் காலமாக அனுபவித்து வந்த சலுகைகளை விட முடியாமல் விடாப்பிடியாக நின்றார்கள். இதற்காக நான்கு ஆண்டுகள் முன்தயாரிப்பு தேவைப்பட்டது. அமைதியான முறையில் பல போராட்டங்கள் நடத்த வேண்டியிருந்தது. அதன் பிறகே சாவதார் குளத்துக்குச் சென்று தண்ணீர் குடிக்க முடிந்தது! தலித் இயக்கங்கள் இந்த நிகழ்வை “சுதந்திரத்தின் பிரகடனம்” என்று வர்ணிப்பதில் ஆச்சர்யமில்லை.
பாடப் புத்தகங்களில் இதையெல்லாம் நாம் படிக்கவே இல்லையே?

"இந்தக் கூட்டம் முன்னோடியானது. இதற்கு இணையான கூட்டத்தை
இந்திய வரலாறு கண்டதில்லை
என்றே நான் கருதுகிறேன்.
இதற்கு இணையான கூட்டத்தைச்
சொல்ல வேண்டுமானால்
பிரான்ஸ் வரலாற்றில்தான்
கூற முடியும். புரட்சிகர
பிரெஞ்ச் தேசிய சபை 1789இல்
கூடி சமூகத்தை நெறிமுறைப்படுத்
தக்கூடிய புதிய கொள்கைகளை
வகுத்ததைத்தான் இதற்கு
இணையாகக் கொள்ள முடியும். இந்து
மதம் ஜாதியை அடிப்படையாகக் கொண்டது
என்பதை நீங்கள் அறிவீர்கள். கிட்டத்தட்ட
அதே போன்ற வழக்கம் 1789ஆம் ஆண்டு
வாக்கில் பிரான்ஸில் நிலவியது. பிரெஞ்ச்
தேசிய சபை பிரெஞ்ச் அரசனுக்கும் அரசிக்கும்
மரண தண்டனை வழங்கி கில்லட்டின் மூலம்
தண்டித்தது. உயர்குடி மக்கள் படுகொலை
செய்யப்பட்டனர். எஞ்சியவர்கள் நாடு
கடத்தப்பட்டனர். நமது இந்தச் சமுதாயப்
புரட்சி அமைதியான முறையில் இயங்க
வேண்டுமா அல்லது வன்முறையாக
மாற வேண்டுமா என்பது ஜாதி
இந்துக்களின் நடத்தையைப்
பொறுத்தே அமையும். பிரெஞ்சு ஆட்சி
யாளர்கள் மட்டும் தேசிய சபையினருக்கு
நம்பிக்கைத் துரோகம் இழைக்காமல் இருந்
திருந்தால் புரட்சியின்போது வன்முறைக்கு அவசியம்
நேரிட்டிருக்காது. இதைத்தான் எங்கள் எதிர்ப்
பாளர்களுக்குக் கூறுகிறோம். தயவுசெய்து எங்களை
எதிர்க்காதீர்கள். பண்டைய மத நூல்களின் ஆச்சாரங்களை
விலக்கி வையுங்கள். நீதியைக் கடைப்பிடியுங்கள்."

தலித்துக்கள்
குளத்திலிருந்து
தண்ணீர் எடுப்பதை
விரும்பாத பிராமணர்கள்,
அடுத்து அவர்கள்
கோயிலுக்குள்ளும்
பிரவேசித்து
விடுவார்கள் என்று
வதந்தி பரப்பியதால்
கலவரங்கள் நிகழ்ந்தன.
‘ஒடுக்கப்பட்ட மக்களின்
மாநாட்டு’ பிரதிநிதிகள்
வைதீக இந்துக்களால்
தாக்கப்பட்டனர்.
இருப்பினும்
அம்பேத்கர் தனது
தொண்டர்களை அமைதி
காக்கும்படியும் திருப்பித்
தாக்காதிருக்குமாறும்
கேட்டுக்கொண்டார்.

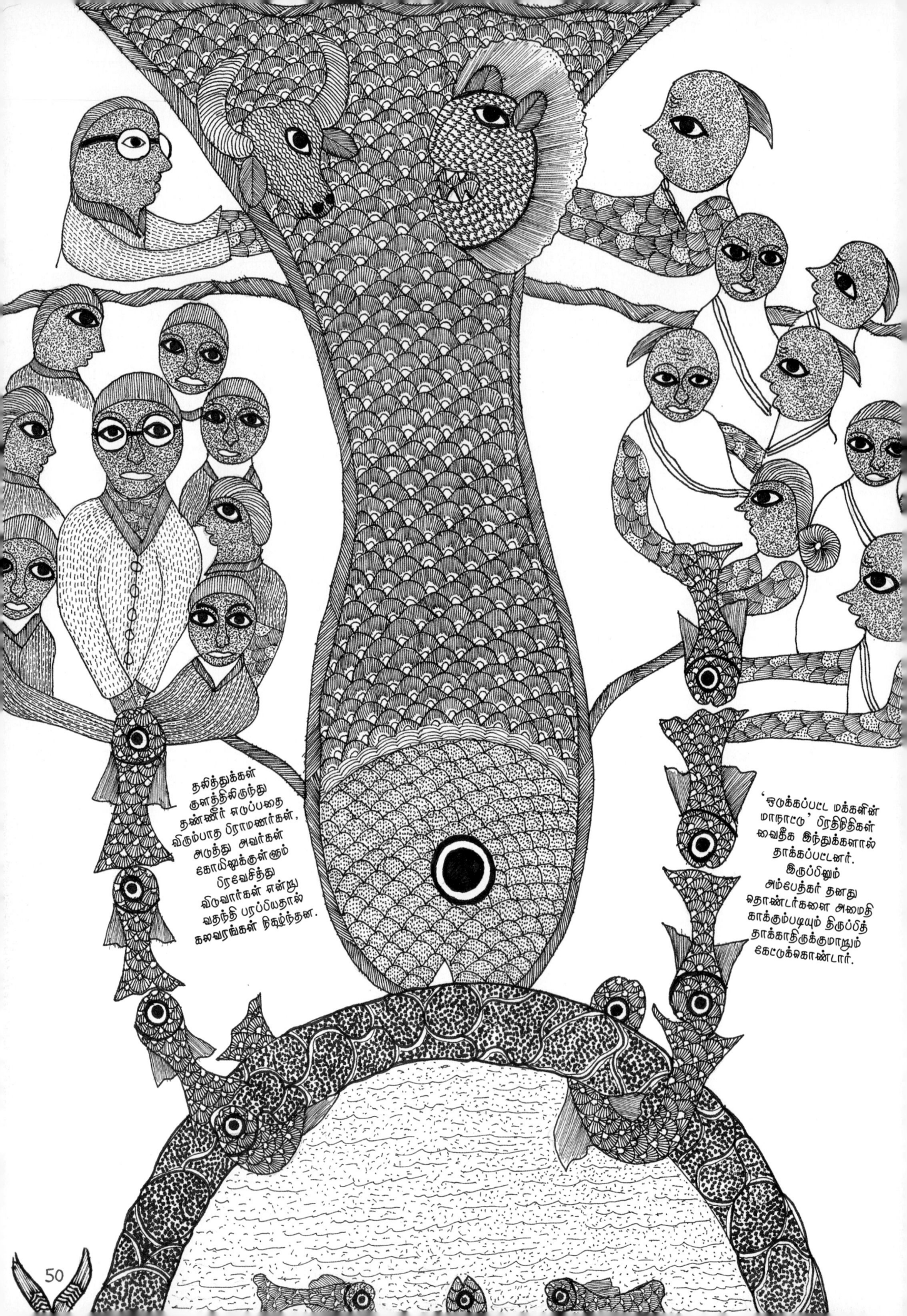

“காந்தியின் சத்தியாகிரகம் அந்நிய ஆதிக்கத்துக்கு எதிராக இருந்ததால் மக்களிடையே பேராதரவு பெற்றிருந்தது. நமது போராட்டம் பெரும்பான்மையாக இருக்கும் ஜாதி இந்துக்களுக்கு எதிரானது என்பதால் நமக்குப் பிறரிடமிருந்து ஆதரவு இல்லை.
“நமது மதமும் அவர்களது மதமும் ஒன்றுதான் என்றால் உரிமைகளும் சமமாக இருக்க வேண்டும். அப்படி இருக்கிறதா? அவர்கள் நம்மை அவமானப்படுத்திக்கொண்டிருந்தாலும் நாம் இந்து மதத்திலேயே இருக்க வேண்டும் என்று எந்த அடிப்படையில் கூறுகிறார்கள்?”
அந்த வேசி மகன்களை அடிங்க! பிரிட்டிஷ்காரர்கள் சட்டம் போட்டுட்டாங்கன்னா அதுக்காக இந்தப் பன்னிங்க நம்மோட சம்பிரதாயத்தை மீறி நம் தண்ணீரை அசுத்தப்படுத்தலாம்னு அர்த்தம் இல்லை.

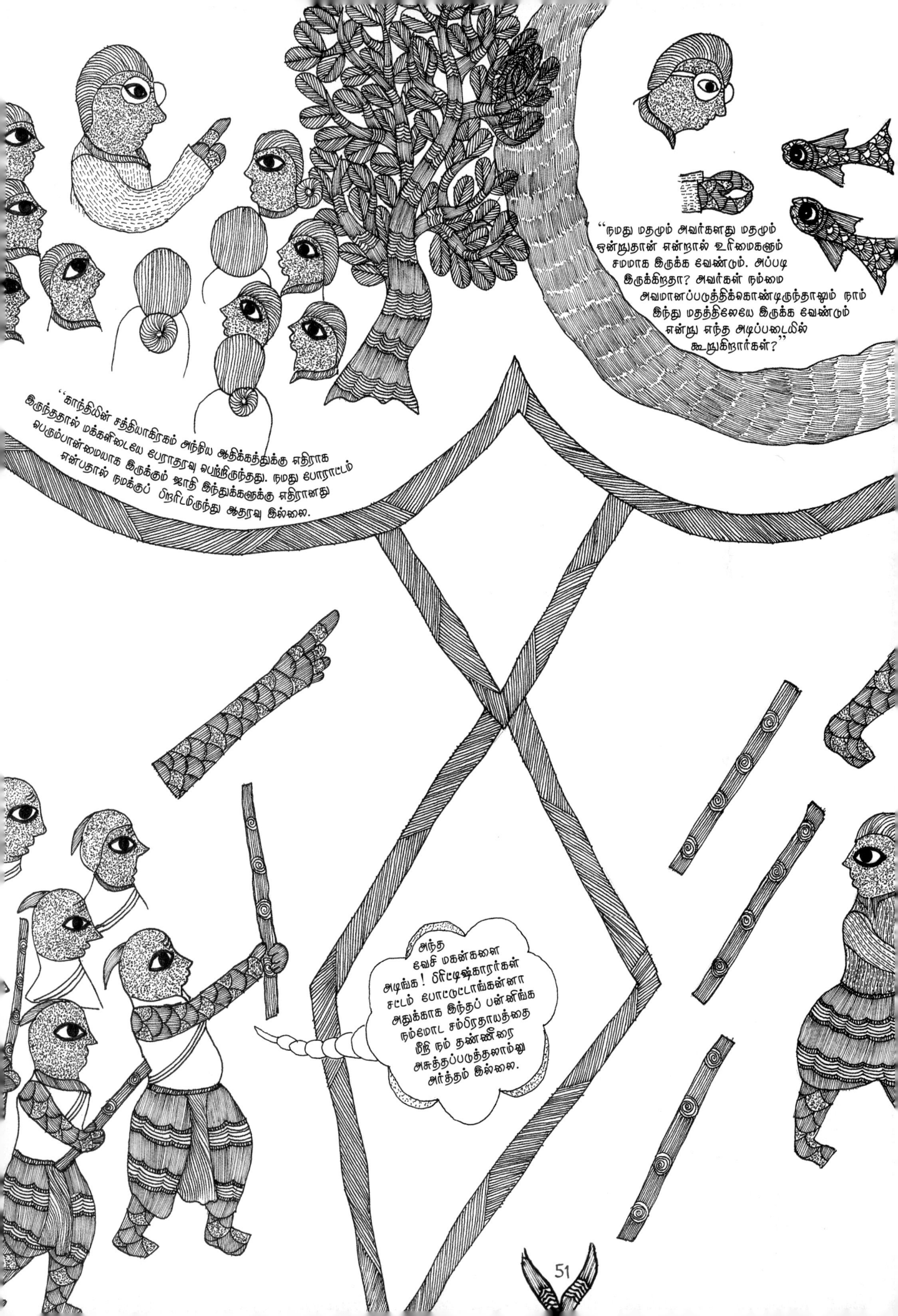

தலித் ஊழியர்களுக்கு முஸ்லிம்கள் அடைக்கலம் தந்தனர். அம்பேத்கர் அந்த இரவை அரசு விருந்தினர் இல்லத்தில் கழித்தார். 1927 ஜூன் மாதத்தில் ஐந்து வைதீக இந்துக்களுக்கு மாவட்ட நீதிபதி நான்கு மாதக் கடுங்காவல் தண்டனை வழங்கினார். இதுபற்றி அம்பேத்கர் கூறுகையில், “மாவட்டத்தில் உள்ள அதிகாரிகள் இந்துக்களாக இருந்திருந்தால் எங்களுக்கு நீதி மறுக்கப்பட்டிருக்கும். பிராம்மண பேஷ்வாக்களின் ஆட்சியாக இருந்தால் நான் யானையின் காலால் இடறப்பட்டிருப்பேன்.”

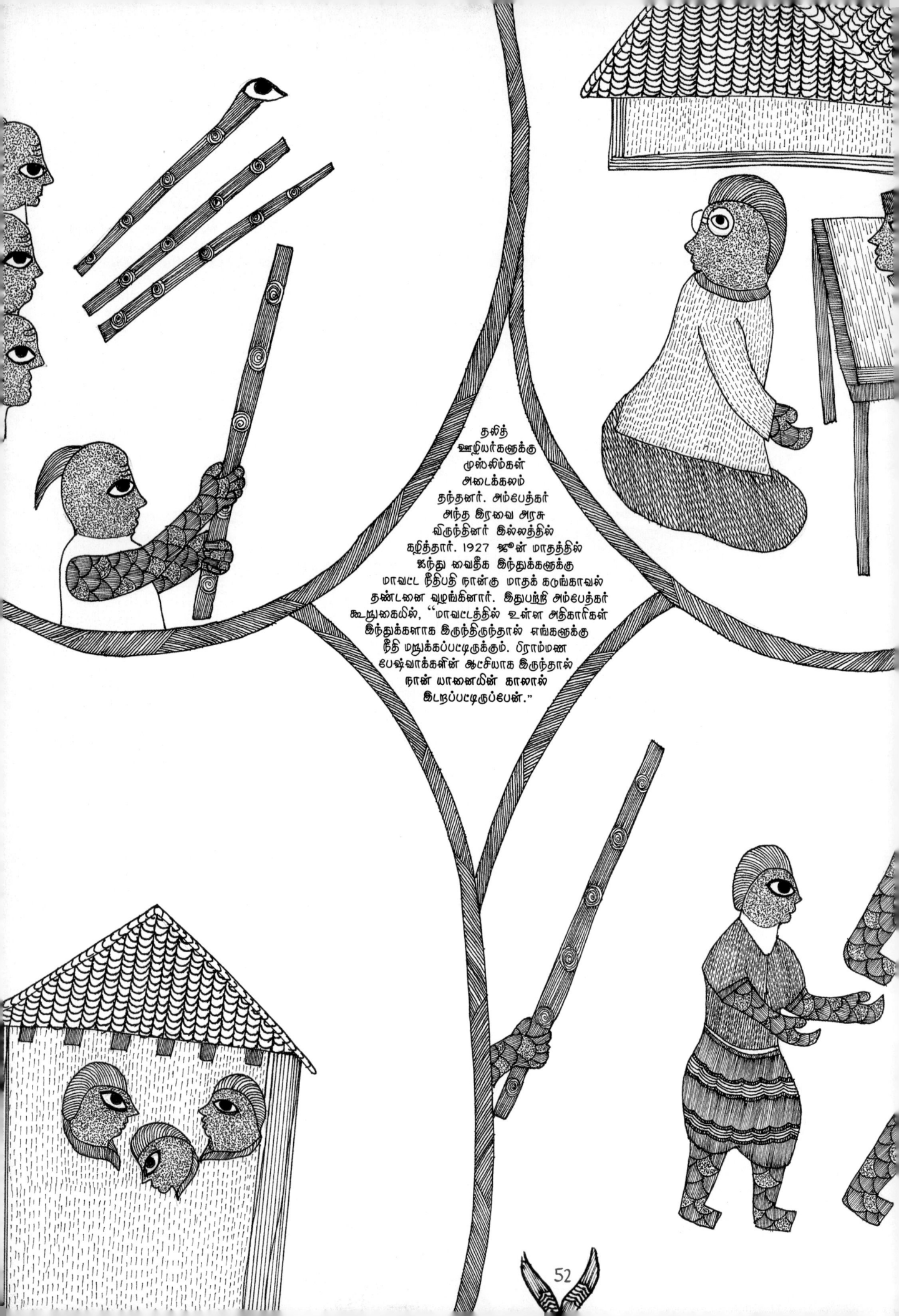

‘தீட்டுப்பட்ட’ குளத்தைத் ‘தூய்மைப்படுத்த’ பிராம்மணர்கள் அதில் 108 குடம் புனித நீரை ஊற்றினார்கள். அது பசுவின் சாணம், மூத்திரம், பால், நெய், தயிர் ஆகியவை கலந்த கலவை. நான் நக்கல் அடிக்கவில்லை. இதோடு மந்திர உச்சாடனங்களும் இருந்தன.
1927 டிசம்பர் 25 அன்று நடந்த இரண்டாவது மஹத் சத்தியாக்கிரகத்தில் போராட்டக்காரர்கள் 10,000 பேர் கூடினர். ஜாதி என்கிற கருத்தாக்கத்தைத் தாங்கிப் பிடிக்கும் ‘மனு ஸ்மிருதி’ என்னும் பிராமணீய இந்து மத நூலைச் சிதையின் மீது வைத்து அம்பேத்கரும் அவருடைய தொண்டர்களும் கொளுத்தினார்கள். ‘சுதேசி’ தேசியவாதிகள் அந்நியத் துணிகளைத் தீயிட்டுக் கொளுத்தியதைப் போன்றதுதான் இதுவும் என்றார் அம்பேத்கர்.
மனு ஸ்மிருதி என்னதான் சொல்கிறது?
ஒரு சூத்திரன் உயர் ஜாதிக்காரனுக்கு இணையாக அமர முயன்றால் அவன் இடுப்பில் சூட்டுக் கோலால் குறிபோடப்பட்டு அவன் ஊரிலிருந்து வெளியேற்றப்பட வேண்டும் அல்லது மன்னர் அவன் புட்டத்தில் வெட்டுக் காயம் உண்டாகுமாறு தண்டனை அளிக்க வேண்டும்.
பிராம்மணர்களுக்குச் சேவை செய்வதே ஒரு சூத்திரனுக்குக் கிடைக்கக்கூடிய மிகச் சிறந்த பாக்கியம்.
ஒரு சூத்திரனுக்குச் சம்பாதிக்கும் திறமை இருந்தாலும் செல்வம் சேர்க்கக் கூடாது. ஏனெனில் செல்வம் சேர்த்துவிட்ட சூத்திரன் பிராம்மணர்களை எரிச்சல்படுத்துவான்.
பெண் சுதந்திரமாக இருக்க அருகதையற்றவள். குழந்தைப் பருவத்தில் தந்தையாலும் இளமையில் கணவனாலும், முதுமையில் மகன்களாலும் அவள் பாதுகாக்கப்படுகிறாள்.
பெண்கள் புலனின்பப் பொருள்களில் ஆர்வம் கொண்டவர்கள் என்பதால் ஆண்கள் எப்போதும் பெண்களைத் தங்களைச் சார்ந்தவர்களாகவே வைத்திருக்க வேண்டும்.

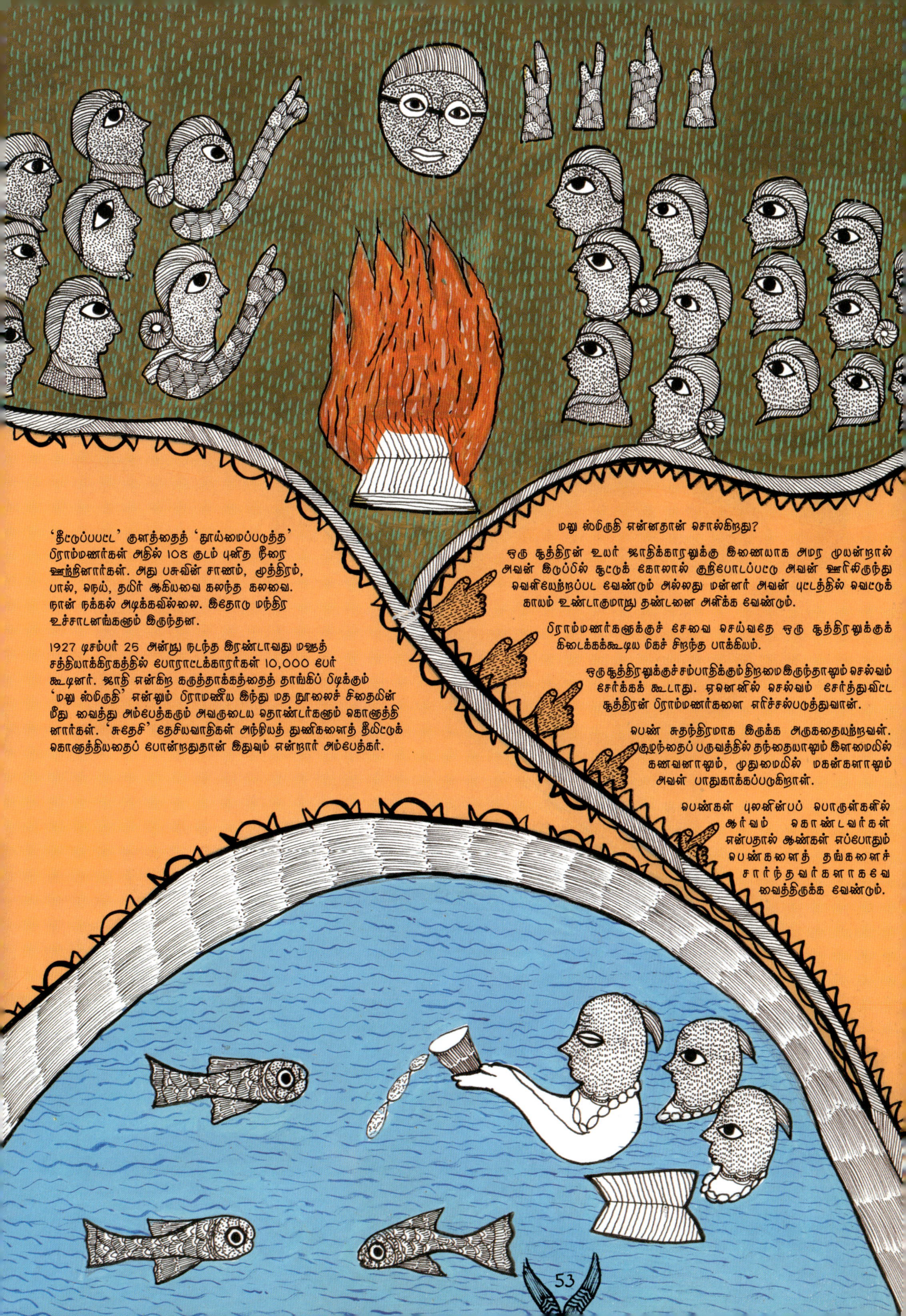

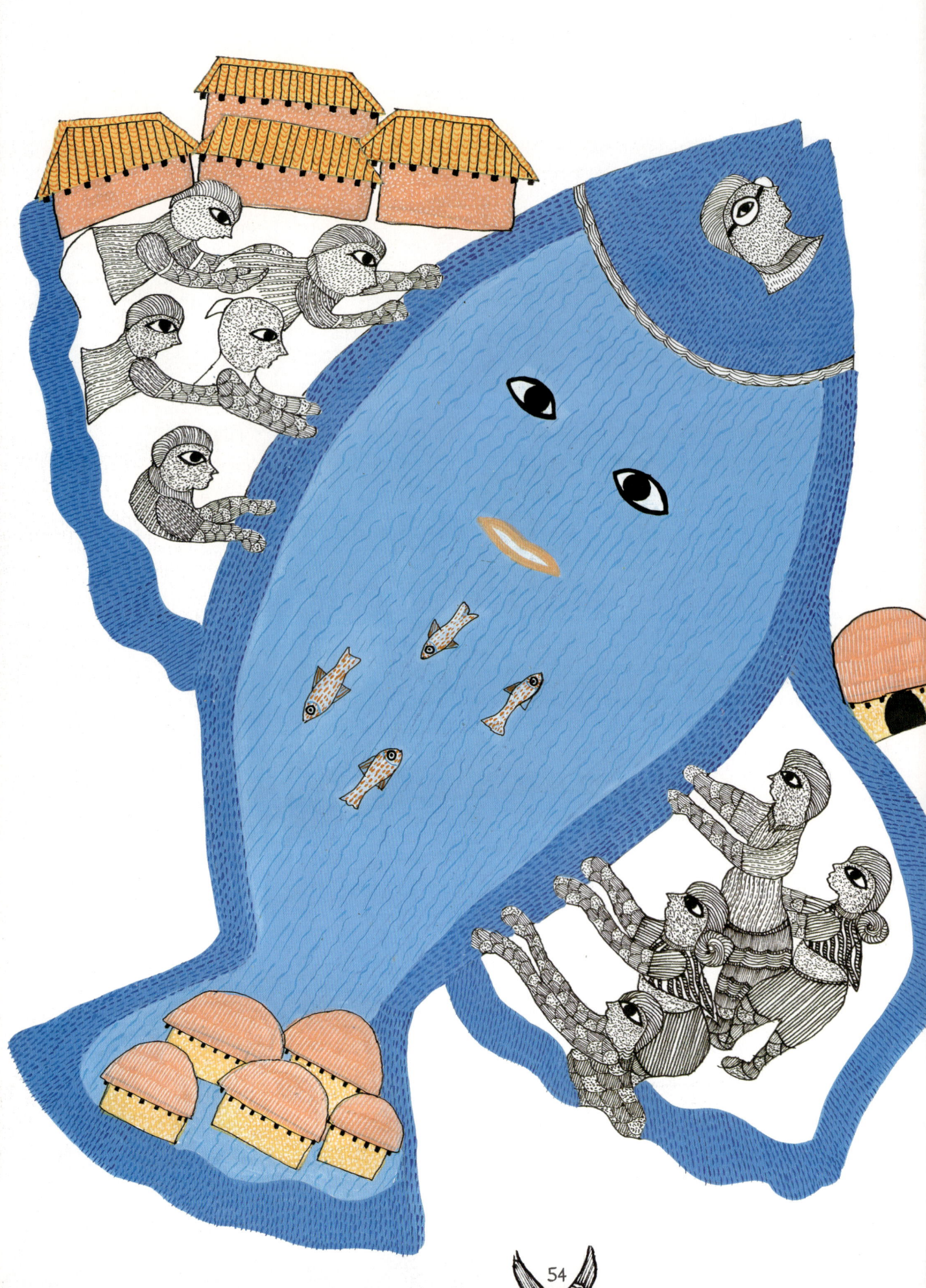

தண்ணீருக்குப் பூட்டு

தெஹல்கா, 26, ஜனவரி 2008.

கிராமத்துக் குளத்தைப் பயன்படுத்தும் உரிமையை தலித்துகள் வென்றெடுத்ததைப் பொறுக்காத ஜாதி இந்துக்கள் அதைச் சாக்கடையாக மாற்றினர். இதைப் பற்றி சல்மான் உஸ்மானி சொல்கிறார்.

1927 மார்ச் 19ஆம் தேதியன்று மஹாராஷ்டிர மாநிலம் மஹாடில் நடந்த சத்தியாக்கிரகம் பீமாராவ் ராம்ஜீ அம்பேத்கர் முதலில் நடத்திய போராட்டங்களில் ஒன்று. 3,000 தலித்துகளுக்கு தலைமையேற்று மஹத்தில் இருந்த சாவதார் குளத்தின் தண்ணீரைப் பயன்படுத்த தலித்துகளுக்கு இருக்கும் உரிமையை வலியுறுத்தி ஊர்வலமாகச் சென்றார். விலங்குகள் அந்தத் தொட்டியிலிருந்த தண்ணீரைப் பயன்படுத்த அனுமதிக்கப்பட்டன. ஆனால் தலித்துகளுக்கு அவ்வுரிமை மறுக்கப்பட்டது. அந்த சத்தியாக்கிரகத்தை ஜாதி இந்துக்கள் வன்முறையாலும் சமூகப் புறக்கணிப்பு மூலமும் எதிர்கொண்டனர். அதே ஆண்டு டிசம்பர் 25 அன்று அம்பேத்கர் மனு ஸ்மிருதி என்கிற பார்ப்பனீய இந்து மதத்தின் அடையாளமான, ஜாதிப் பாகுபாடுகளை நியாயப்படுத்தும் சாஸ்திர நூலை மஹாடில் தீயிட்டுக் கொளுத்தினார்.

எண்பது ஆண்டுகளுக்குப் பின்னரும் எதுவும் மாறியதாகத் தெரியவில்லை. ஜெய்பூரிலிருந்து 50 கி.மீ. தொலைவில் உள்ள சக்வாரா கிராமம் இதற்குச் சான்று. இந்தக் கிராமத்தின் அன்றாட வாழ்வு ஒரு பெரிய குளத்தைச் சார்ந்தே உள்ளது. அந்தக் குளத்தையும் அதன் அணைக்கரையையும் கட்டுவதற்கும் அதன் பராமரிப்பிற்கும் மாநில அரசின் நிதி உதவியும் தலித்துகள் உள்ளிட்ட மொத்தக் கிராமத்து மக்களின் பங்களிப்பும் பெறப்பட்டுள்ளது. கிராமத்தில் 700 குடும்பங்கள் உள்ளன. அதில் 70 குடும்பத்தினர் பெயர்வாக்கள் எனும் தலித் இனத்தைச் சேர்ந்தவர்கள்.

குளத்து நீரை தலித்துகள் பயன்படுத்தத் தடை செய்யப்பட்டதை ஒட்டி அந்தக் கிராமத்தில் 20 வருடங்களுக்கும் மேலாக தொடர்ந்து குழப்பம் நீடித்துவந்தது. சக்வாராவில் இருந்த ஜாதி இந்துக்கள் பெயர்வாக்கள் (Bairwas) குளத்து நீரைப் பயன்படுத்த அனுமதிக்கவில்லை. ஆனால் எருமைகளும் பன்றிகளும் சுதந்திரமாக அந்தக் குளத்தில் நீர் அருந்தின.

2001 டிசம்பர் 14ஆம் தேதியன்று பாபுலால் மற்றும் ராதேஷ்யாம் என்ற இரண்டு பெயர்வாக்கள் கிராமத்தின் எழுதப்படாத 'சட்டத்தை' மீற முடிவெடுத்து அக்குளத்தில் சென்று நீராடினர். அவ்வாறு குளிக்க முடிவெடுத்ததற்குக் காரணம், "தூய்மையான குடிநீருக்கான உரிமை மறுக்கப்பட்டதனால் ஏற்பட்ட விரக்தியே தவிர, அதன் தேவையினால் அல்ல'' என்று 54 வயதான பாபுலால் கூறுகிறார்.

சமூகக் கட்டுப்பாட்டை மீறிய இத்தகைய குற்றத்தைக் கண்டு கொதித்தெழுந்த ஜாட்டுகளும் பிராம்மணர்களும் அன்று இரவு பாபுலாலின் வீட்டைச் சூழ்ந்துகொண்டு ரத்தக்களரி நடக்கும் என அவரை அச்சுறுத்தினர். மறுநாள் பஞ்சாயத்து கூட்டப்பட்டது. கிராமத்து ஒழுங்கு முறையை மீறியதாக பாபுலால் மற்றும் ராதேஷ்யாம் மீது குற்றம் சாட்டப்பட்டது. கிராமப் பஞ்சாயத்து, பெயர்வா சமூகத்தினருக்கு 50,000 ரூபாய் அபராதம் விதித்ததுடன் எழுத்துப்பூர்வமாக மன்னிப்புக் கோர வேண்டும் என்றும் தீர்ப்பளித்தது. பெயர்வாக்களை முழுவதுமாக சமூகப் புறக்கணிப்பு செய்ய வேண்டும் என்றும் உயர் ஜாதி இந்துக்கள் தண்டனை விதித்தனர். அவர்கள் ரேஷன் பொருட்கள் எதுவும் வாங்க முடியாது. கிராமத்துக் கடைகளில் காய்கறிகள் வாங்க முடியாது. யாரும் வேலை கொடுக்க மாட்டார்கள், அவர்களுக்குப் பணமும் கடன் கொடுக்க மாட்டார்கள். மேலும் கிராமத்தில் உள்ள ஒரே தண்ணீர் கைப்பம்பையும் அவர்கள் பயன்படுத்தக் கூடாது.

தொடர்ந்த அச்சுறுத்தல்கள், எதிர்ப்புகள், வசைமாரிகள் ஆகியவற்றைச் சந்தித்த பிறகு கடைசியில் பாபுலால் 22 டிசம்பர், 2001 அன்று காவல் நிலையத்தில் முதல் தகவல் அறிக்கையைப் பதிவு செய்தார். ஜெய்ப்பூர் மாவட்ட நிர்வாகமும் காவல்துறையும் பாபுலாலின் புகாரை அலட்சியப்படுத்தின. அந்தக் குளத்தைப் பயன்படுத்தக் கூடாது என்று தலித்துகளை சம்மதிக்கச் செய்யும் முயற்சியிலும் ஈடுபட்டனர். தலித்துகளில் சிலரை சமரச ஒப்பந்தத்தில் கையெழுத்திடுமாறும் செய்தனர். புறக்கணிப்புகளும் அச்சுறுத்தல்களும் அவமானங்களும் பல மாதங்கள் தொடர்ந்த வண்ணம் இருந்தன. இந்த விவகாரத்தில் எப்போதாவது தலையிட்ட நிர்வாகமும் உயர் ஜாதியினருக்கு ஆதரவாகவே செயல்பட்டது.

செப்டம்பர் 2002இல் பல மனித உரிமை இயக்கங்கள் பெயர்வாக்களுடன் கைகோர்த்து அவர்களின் உரிமைகளை நிலைநாட்டும் பொருட்டு ஊர்வலம் ஒன்றை ஏற்பாடு செய்தனர். மேல் ஜாதியினர் வன்முறையைக் கட்டவிழ்த்து ஊர்வலத்தைத் தடுத்து நிறுத்தத் தீர்மானித்தனர். அவர்கள் கற்களை வீசியும் தடியால் அடித்தும் ஊர்வலத்தினர் மீது தாக்குதல் நடத்தினர். நிலைமை மோசமாகவே காவல்துறையினர் கண்ணீர்ப் புகை வீசினர். நிலைமை கட்டுக்கடங்காமல் போகவே துப்பாக்கிச் சூடு நடத்த வேண்டியதாயிற்று. கிட்டத்தட்ட ஐம்பது பேர் காயமடைந்தனர். அவர்களில் பெரும்பாலோர் காவல் துறையினர். ஊர்வலமும் மோதலும் சேர்ந்து சந்தர்ப்பவசமாகவும் தற்காலிகமாகவும் நிர்வாகத்துக்கும் மேல் ஜாதிக்காரர்களுக்கும் இடையே மோதலை ஏற்படுத்திவிட்டன. மாவட்ட ஆட்சியாளர் அலுவலகத்தில் புகார்கள் வந்த வண்ணம் இருந்தன. நடவடிக்கையும் எடுக்கப்பட்டது.

பெயர்வாக்கள் குளத்து நீரைப் பயன்படுத்தத் தொடங்கியதும் அவர்களுக்கு வெற்றி கிடைத்ததைப் போன்ற தோற்றம் ஏற்பட்டது. ஆனால் அவ்வெற்றி சிறிது காலமே நீடித்தது. பிரச்சினை ஏற்பட்டதை அடுத்து மேல் ஜாதியினர் குளத்திலிருந்து விலகிக்கொண்டனர். குளத்து நீர் தூய்மை கெட்டுவிட்டதாகக் கூறி அவர்கள் அந்நீரைப் பயன்படுத்துவதை நிறுத்திவிட்டனர். இதையடுத்து பதற்றம், கோபம், புறக்கணிப்பு மிகுந்த சூழல் நிலவியது. மனித உரிமை இயக்கங்கள், தன்னார்வ அமைப்புகள், அரசு நிர்வாகம், தேசிய மற்றும் சர்வதேச ஊடகங்கள் ஆகியவை தலித்துகளுக்கு ஆதரவாகத் தங்கள் பங்களிப்பைச் செய்தபோதிலும் சிறிது காலத்திற்குப் பிறகு சக்வாராவும் தலித்துகளின் பிரச்சினையும் அவர்களின் மனதிலிருந்து அகன்றன.

இன்று ஜாதி இந்துக்கள் அந்தக் குளத்தில் எச்சில் துப்பியும் குப்பைகளைக் கொட்டியும் அசுத்தம் செய்துவருகின்றனர். சமீபத்தில், கிராமத்தில் சிலர், சாக்கடையைத் தோண்டிக் கழிவு நீரைக் குளத்தில் பாய்ச்சினர். நேரடியாகவும் குறியீட்டு ரீதியாகவும் குளத்தை மாசுபடுத்துவதற்குண்டான எல்லா முயற்சிகளும் மேற்கொள்ளப்பட்டுவருகின்றன. இப்போது அந்தக் குளத்து நீரைப் பயன்படுத்துபவர்கள் தலித்துகளான பெயர்வாக்கள் என்பதுதான் இதற்குக் காரணம்.

நகர்ப்புற இந்தியாவில், நாற்றமடிக்கும் அருவருப்பான கழிவு நீர்த் தொட்டிகளிலும் சாக்கடைகளிலும் மூழ்கி அவற்றைச் சுத்தப்படுத்துமாறு தலித்துகள் கட்டாயப்படுத்தப்படுகின்றனர். சக்வாராவிலோ ஒரு காலத்தில் புனிதமானதாகக் கருதப்பட்ட குளத்து நீர் தலித்துகள் பயன்படுத்தத் தொடங்கியதும் பெரிய கழிவு நீர்க் குட்டையாக மாற்றப்பட்டுவிட்டது. பல தலைமுறைகளுக்குப் பிறகு அந்தக் குளத்து நீரைப் பயன்படுத்தும் உரிமையைத் தலித்துகள் வென்றெடுத்தனர். ஆனால் அவர்கள் தொடர்ந்து அவமானத்துக்கு உள்ளாகிவருகிறார்கள். ஏனெனில், "ஓடும் நீருக்கும் எவ்வாறு விலங்கு பூட்டுவது'' என்பது ஜாதி இந்துக்களுக்கு நன்றாகத் தெரியும்.

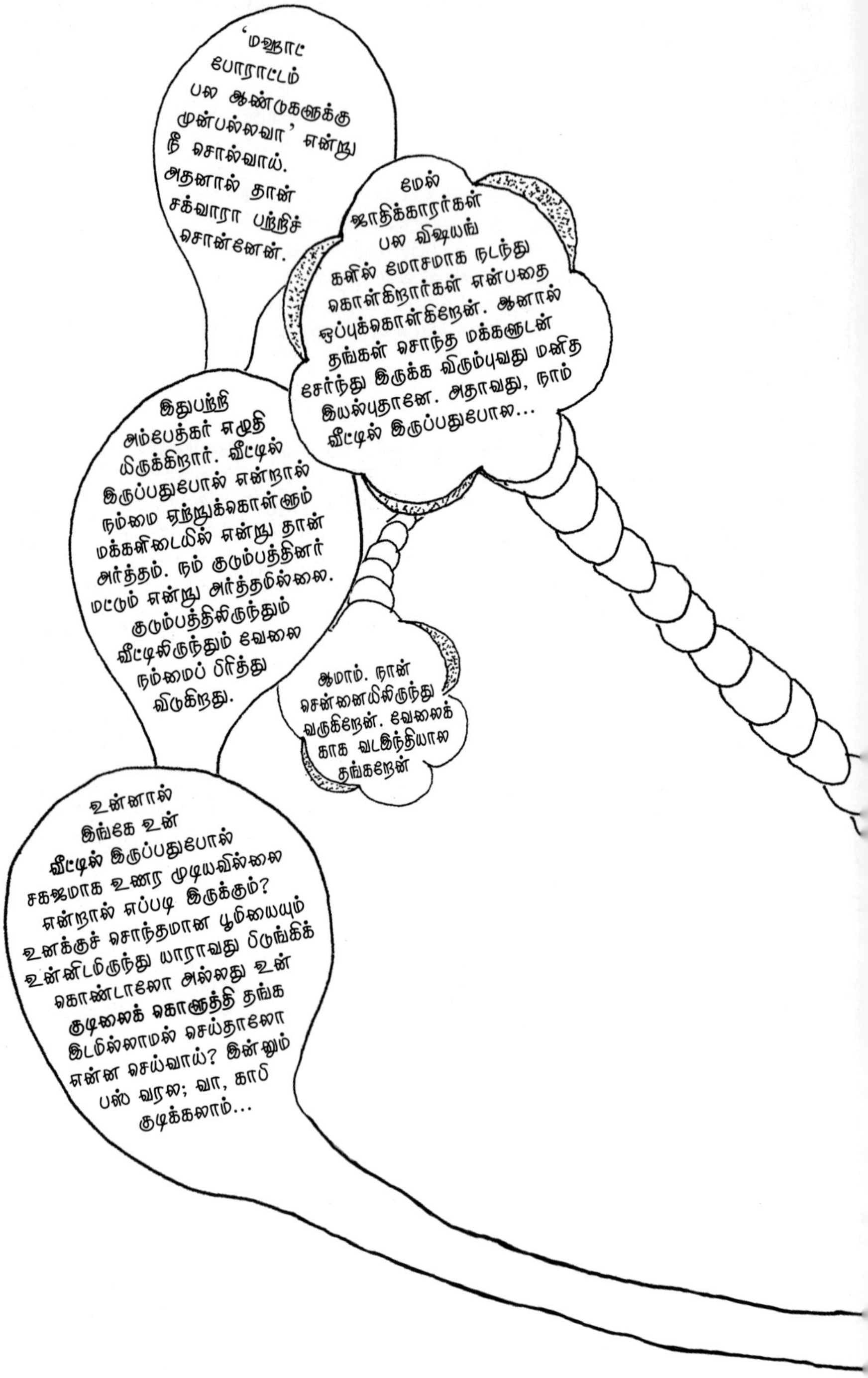

'மஹாட் போராட்டம் பல ஆண்டுகளுக்கு முன்பல்லவா' என்று நீ சொல்வாய். அதனால் தான் சக்வாரா பற்றிச் சொன்னேன்.
மேல் ஜாதிக்காரர்கள் பல விஷயங் களில் மோசமாக நடந்து கொள்கிறார்கள் என்பதை ஒப்புக்கொள்கிறேன். ஆனால் தங்கள் சொந்த மக்களுடன் சேர்ந்து இருக்க விரும்புவது மனித இயல்புதானே. அதாவது, நாம் வீட்டில் இருப்பதுபோல...
இதுபற்றி அம்பேத்கர் எழுதி யிருக்கிறார். வீட்டில் இருப்பதுபோல் என்றால் நம்மை ஏற்றுக்கொள்ளும் மக்களிடையில் என்று தான் அர்த்தம். நம் குடும்பத்தினர் மட்டும் என்று அர்த்தமில்லை. குடும்பத்திலிருந்தும் வீட்டிலிருந்தும் வேலை நம்மைப் பிரித்து விடுகிறது.
ஆமாம். நான் சென்னையிலிருந்து வருகிறேன். வேலைக் காக வடஇந்தியால தங்கறேன்
உன்னால் இங்கே உன் வீட்டில் இருப்பதுபோல் சகஜமாக உணர முடியவில்லை என்றால் எப்படி இருக்கும்? உனக்குச் சொந்தமான பூமியையும் உன்னிடமிருந்து யாராவது பிடுங்கிக் கொண்டாலோ அல்லது உன் குடிலைக் கொளுத்தி தங்க இடமில்லாமல் செய்தாலோ என்ன செய்வாய்? இன்னும் பஸ் வரல; வா, காபி குடிக்கலாம்...

பகுதி

உறைவிடம்

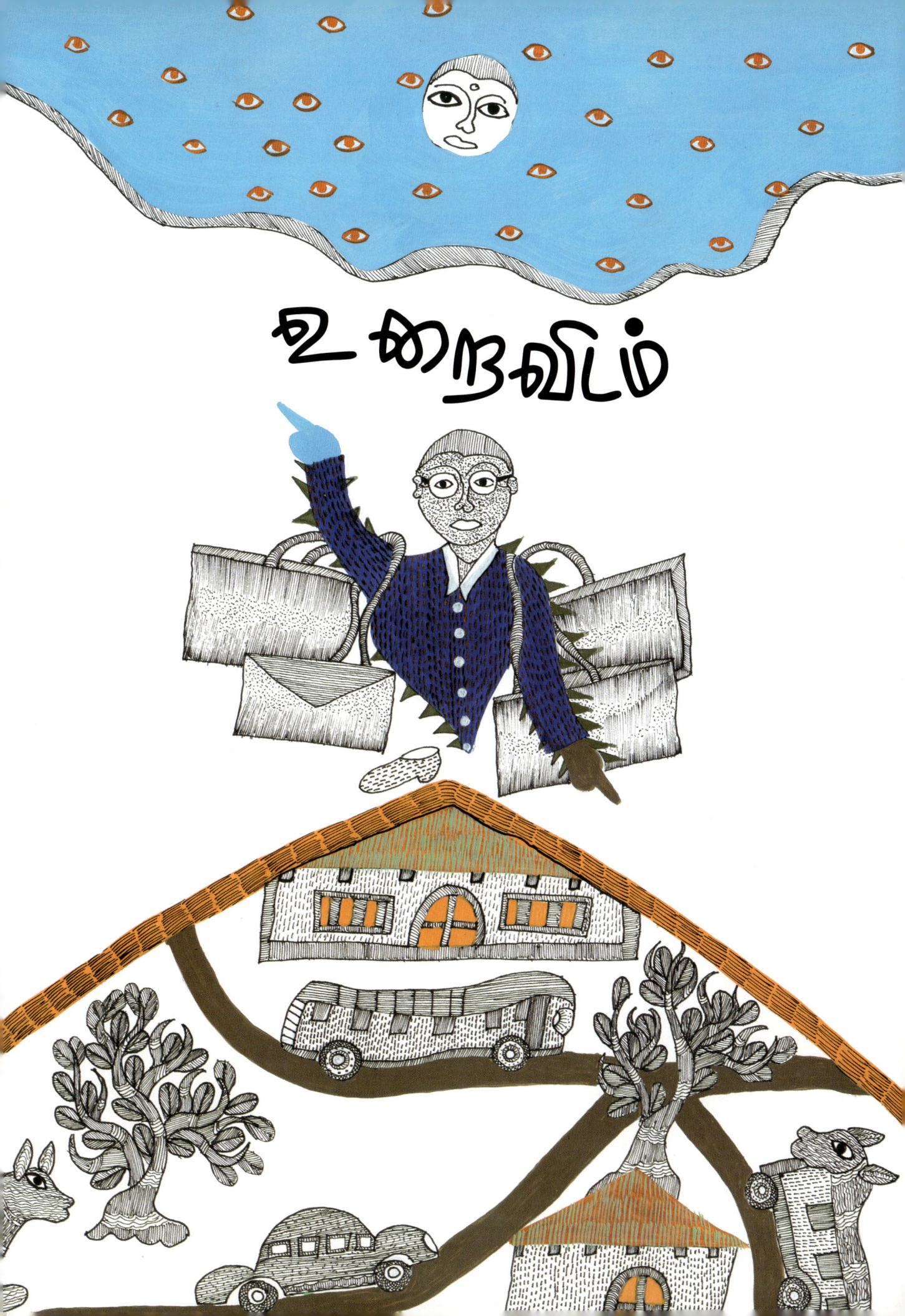

1917. பம்பாய். அம்பேத்கர் பரோடாவை நோக்கிச் செல்லும் ரயிலில் ஏறுகிறார்.

நீ கண்டிப்பா நல்ல கல்லூரியில் படிச்சிருப்பே!
நான் அமெரிக்கா கொலம்பியா யுனிவர்சிட்டில படிச்சேன். பேராசிரியர் டேவி என் ஆசிரியர்களில் ஒருத்தர்.
அமெரிக்காவா! உங்க அப்பா பெரிய பணக் காரரோ?
இல்லை. பரோடா மகாராஜா சாயாஜீ ராவ்தான் என்னுடைய கல்விக்கான உதவித் தொகையைக் கொடுத்தார்.
நீ ரொம்ப புத்திசாலி போலிருக்கே! உன்னைப் பார்த்தாவது என் மகன் திருந்தினால் நல்லா ருக்கும். நம்ம பிராம்மண ஜாதிக்கே அவன் ஒரு அவமானம்.
அடக் கடவுளே! அமெரிக்காவிலேயும் இங்கிலாந்திலேயும் இருந்தது என்னை வெளிநாட்டுக்காரனாகவே மாத்திடுச்சே! நான் தீண்டாதவன் என்ற விஷயமே மனசிலேருந்து கிட்டத்தட்ட அழிஞ் சிடுச்சே! இனிமேல் எச்சரிக்கையோட இருக்கணும். ஒரு தீண்டத்தாதவன் இந்தியாவுக்குள்ள எங்கே போனாலும் அவனுக்கும் பிரச்சினை, மத்தவங்களுக்கும் பிரச்சினை.
நல்ல வேளை... மாட்டிக்கப் பார்த்தேன். இந்தியால கவனமாதான் பேசணும்.
நான் பிராமின்...
என்ன சொன் னீங்க!
ஒன்னுமில்ல.

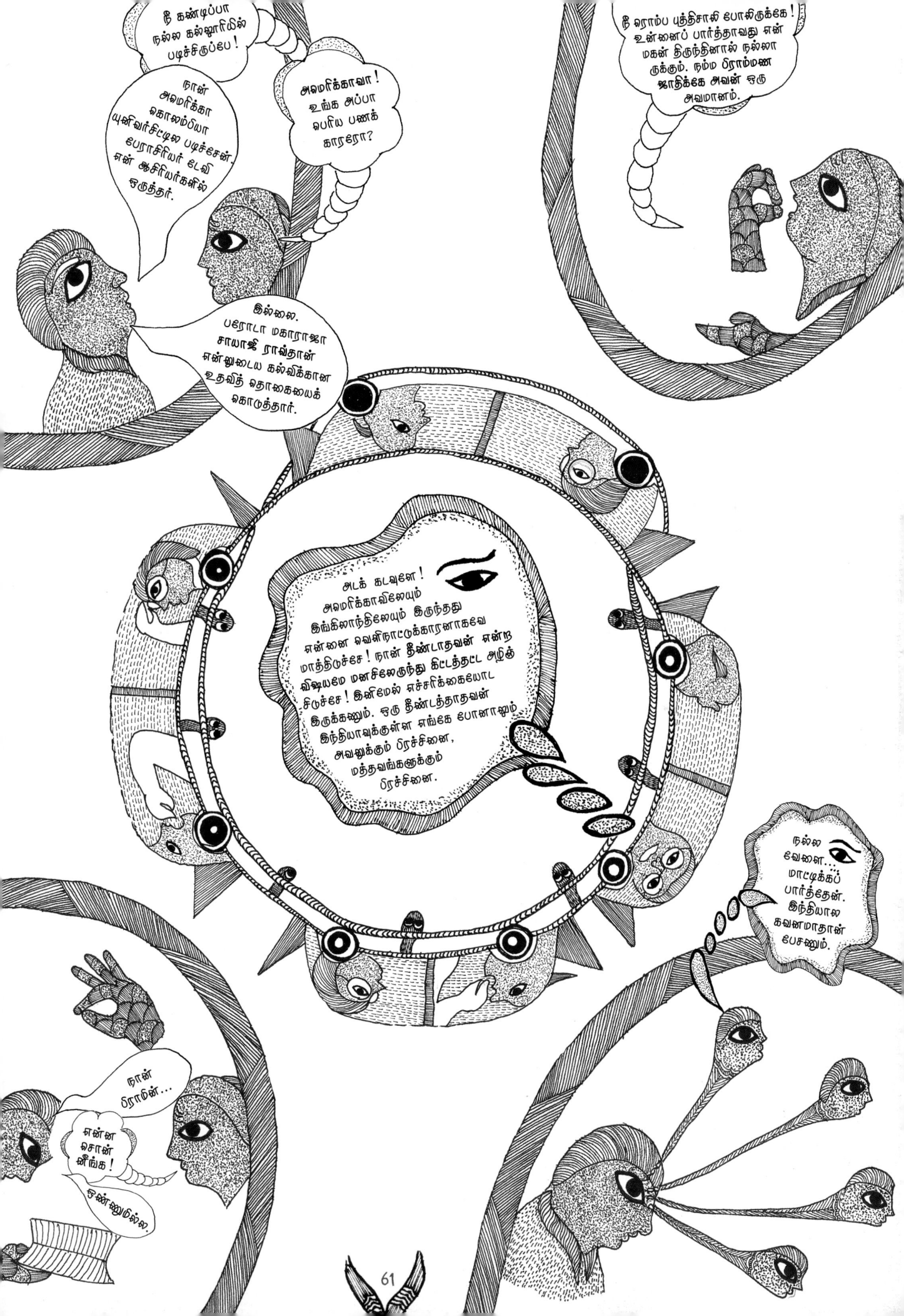

மகராஜா உன்னை வேலைக்குச் சேர்த்துப் பாரா?
ஆமாம். நான் பரோடா ராஜ்யத்துல அக்கவுன்ட்டன்ட் ஜெனரல் ஆஃபீஸ்ல பயிற்சி யாளரா வேலை செய்யப் போறேன்.
தங்கறதுக்கு ராஜாவே ஏற்பாடு செய்து தருவாரா?
இல்லை. நான்தான் பார்த்துக் கணும்.

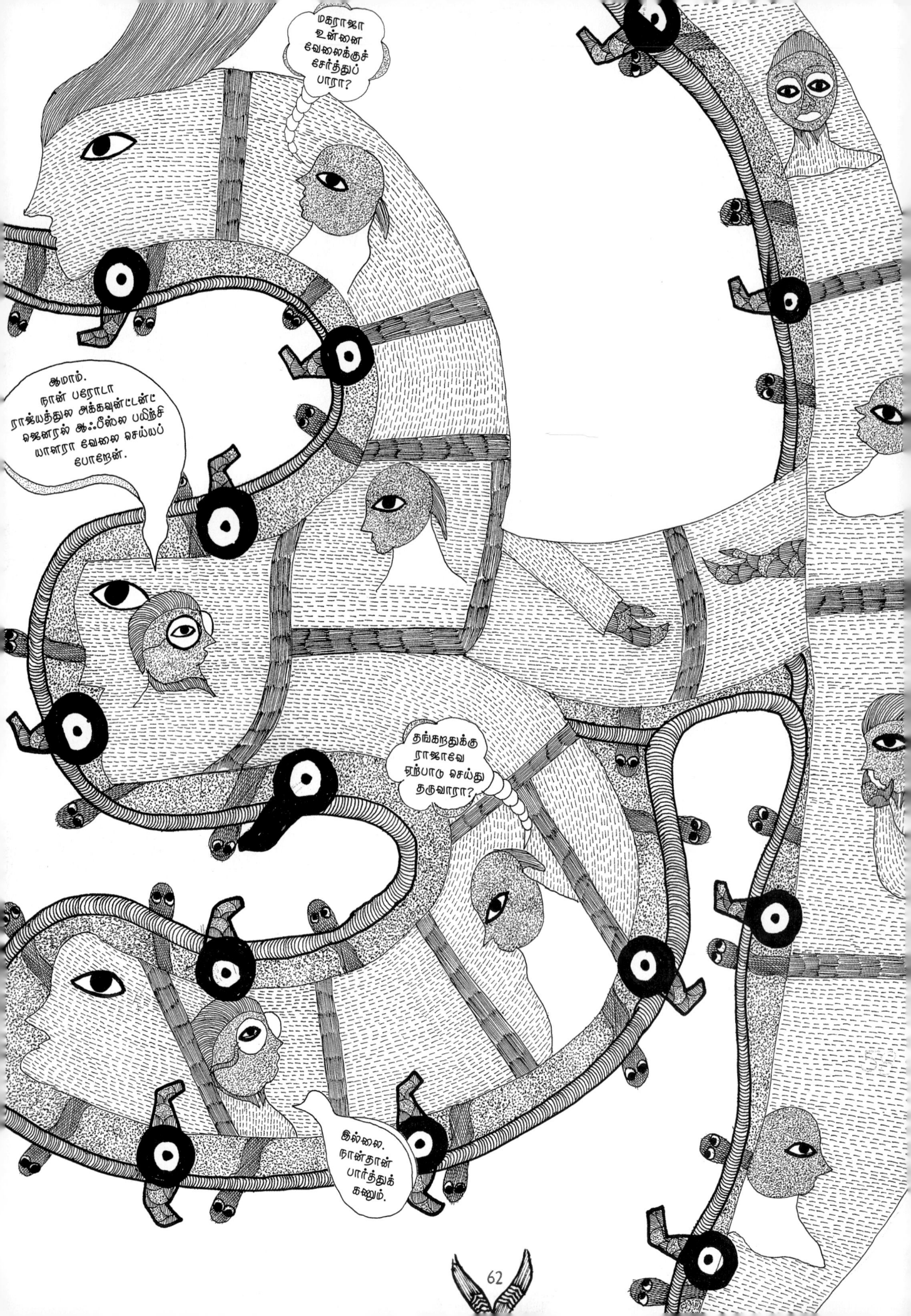

எங்கே போவது? யார் தங்க இடம் தருவார்கள்?
நண்பர் களுடன் தங்குவாய் இல்லையா?
நண்பர் களுடன் தங்கப்போவ தில்லை.
தீண்டத்தகாத வனுக்கு மற்ற ஜாதியைச் சேர்ந்த நண்பர்கள் இருப்பதில்லை. நான் நட்பாகப் பழகினாலும் அவர்கள் அதை நிராகரித்துவிட்டால் அது இரு தரப்பினருக்கும் சங்கடமாகவும் வேதனை அளிப்பதாகவும் மாறிவிடும்.
அப்ப அங்க ஒரு நல்ல இந்து ஓட்டல்ல தங்கு.
இந்து ஹோட்டலில் தங்கணும்னா மேல்ஜாதியைச் சேர்ந்தவனா நடிக்கணும். உண்மை தெரிஞ்சா உதைப்பாங்க. கொலைகூடச் செய்வாங்க.

"கொலம்பியா பல்கலைக்கழகத்தில் தான் முதன்முறையாக சமத்துவத்தை அனுபவித்தேன். எனக்குக் கிடைத்த சிறந்த நண்பர்கள் கொலம்பியாவில் என்னுடன் படித்த சிலரும் பேராசிரியர்கள் ஜான் டேவி, ஜேம்ஸ் ஷட்வெல், எட்வின் ஸெலிக்டேன், ஜேம்ஸ் ஹார்வி ராபின்ஸன் ஆகியோரும்தான்"
1930 டிசம்பர், 'கொலம்பியா அலும்னி நியூ'ஸில் அம்பேத்கர்.
சீக்கிரம் பரோடா வரணுமே. வெத்தலை குதப்பற இந்தப் பிராம்மணன் கிட்டேயிருந்து தப்பிக்கணும். ரயில் வேற ஊர்ந்து ஊர்ந்து போகுது...
இதோ பரோடா ஸ்டேஷன் வந்தாச்சு. பத்திரமாகப் போயிட்டு வாப்பா. குதிரை வண்டிக்காரங்களைக் கேட்டா ஒரு நல்ல ஹோட்டலா சொல்லுவாங்க.
BARODA
பரோடா

இங்கே ஒரு சில வாரங்கள் தங்க எங்கே இடம் கிடைக்கும்னு சொல்ல முடியுமா?
தெரியலையே... பார்சிக்காரங்க நடத்துற சத்திரம் இருக்கு. அங்க பணம் கொடுத்து தங்கலாம்.
அப்பாடா. பார்சிகள் ஜொராஷ்டிரியர்கள். அவங்க தீண்டாமை கடைப்பிடிக்கறது இல்லை.
இது பழைய சத்திரம். அறைகள் முதல் மாடியில இருக்கு. ரொம்பச் சுத்தமா இருக்காது. அப்புறமா நான் சொல்லலைன்னு குறை சொல்லக் கூடாது...
பரவாயில்லை. நான் தங்கிக்கிறேன்.

அம்பேத்கரின் அறையில்...
நீங்க சத்ரா, கஸ்தி போட்டுக் கலையே, நீங்க பார்சிக்காரர் இல்லையா?
வந்து... நான் இந்து.
நீங்க இந்துவா! பார்சிக்காரங்களுக்கு மட்டும்தான் இங்க இடம். நீங்க உடனே இடத்தைக் காலி பண்ணுங்க.
அதெப்படி? நான் ரெஜிஸ்டர்ல உங்க பேரை எழுதி ஆகணுமே?
உங்களுக்கு ஆட்சேபணை இல்லேன்னா இங்க தங்கறதுல எனக்கு எந்தப் பிரச்சினையும் இல்லை.
என் பெயரை பார்சிக்காரர் பெயர் மாதிரி எழுதறேன். உங்களுக்கும் பிரச்னை வராது. என்னை தங்க விட்டா உங்களுக்கும் வரும்படி கிடைக்கும்.
கொஞ்ச நாளா வியாபாரமும் கம்மிதான்... சரி. நீங்க சாப்பாட்டுக்கும் தங்கறத்துக்கும் ஒன்னரை ரூபாய் குடுத்துடுங்க. பார்ஸி பெயர் எழுதி கையெழுத்துப் போட்டுடுங்க. டீயும் சாப்பாடும் கொடுப்பேன். ஆனால் என்னால உங்களோட அரட்டை அடிச்சிட்டு இருக்க முடியாது.
* சத்ரா மெல்லிய பருத்தித் துணியால் ஆன, பாக்கெட் வைத்த தொள தொள சட்டை. கஸ்தி, சத்ராவைச் சுற்றிக் கட்டப்படும் நூற்பின்னல்.
இங்கே என்னுடன் யாருமில்லை. விடுதிக் காப்பாளரும் நட்பாய் பழகற மாதிரி தெரியலை. என்ன செய்யறது. நான் வேலையை விட்டு நேரங்கழிச்சுதான் விடுதிக்கு வரணும்.
வந்து ஒரு வாரம்தான் ஆகுது. ஆனால் ரொம்ப நாளா இருப்பதுபோல இருக்கு. ஆபீஸ்ல என்னை தொட்டுடுவோமோன்னு பயந்து ஃபைலைத் தூக்கிப் போடறாங்க. அவ்வளவா வேலை இல்லை. ஆனால் இந்த ரூமில் இருப்பது மனச்சோர்வு தருது. செக்கு மாடு மாதிரி வாழ்க்கை...

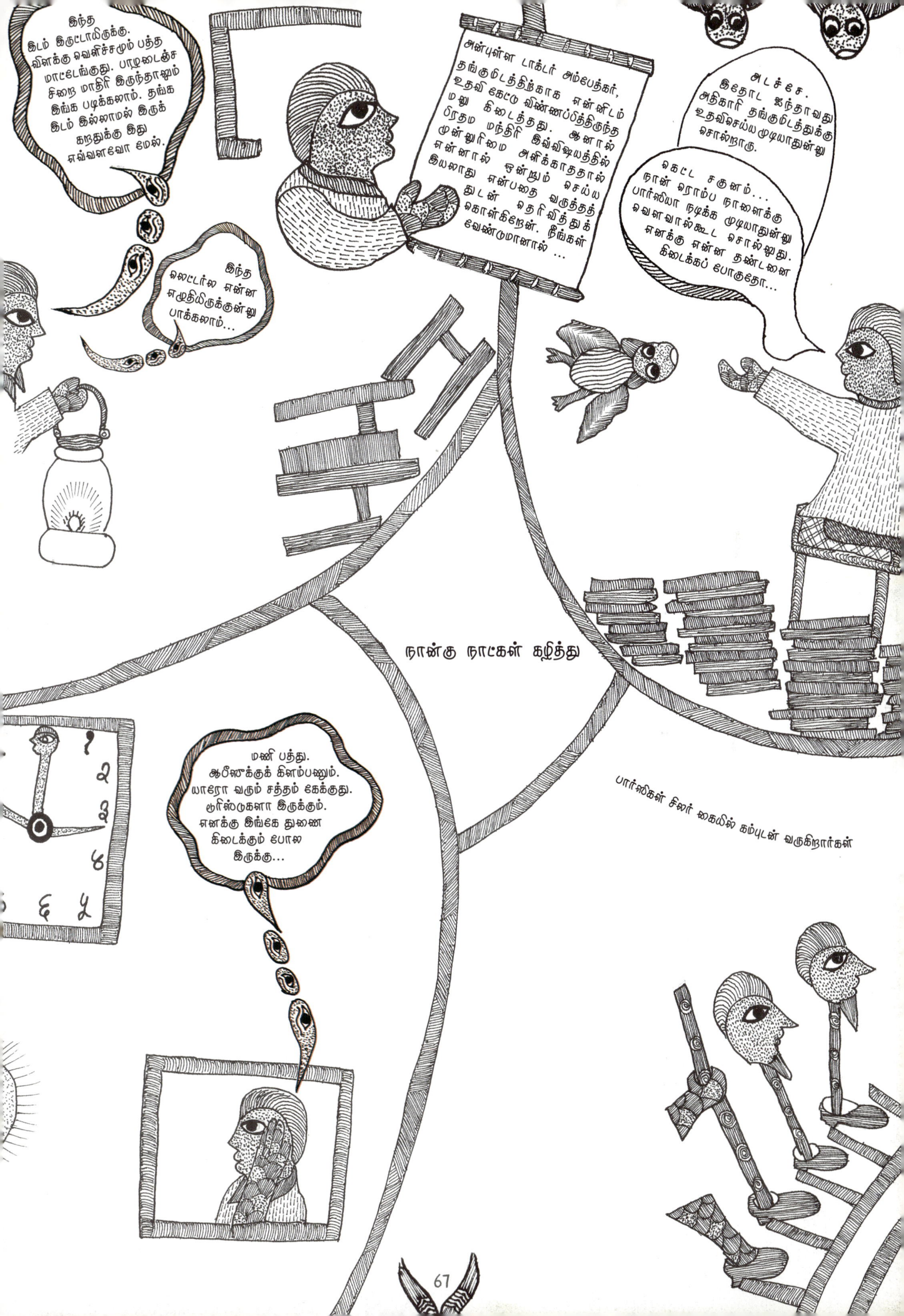

ஏய், உன்னத்தான்... நீ யாரு?
இங்கே எதுக்கு வந்தே?
எவ்வளவு தைரியம்... பார்ஸி பேர வச்சிருக்க?
அயோக்கியப் பயலே! பார்ஸி சத்திரத் தையே தீட்டுப் படுத்திட்டே!
இதற்கு என்ன சொல்ல முடியும்? நான் செய்த மோசடியை கண்டுபிடிச்சிட்டாங்க. இப்ப பொய் சொன்னா கொன்னுடுவாங்க. இடமா அல்லது உயிரா? எதைக் காப்பாற்றிக் கொள்வது?
செய்த காரியத்தை நினைச்சு வெட்கப்படறா மாதிரி தெரியுது... உயிர் மேல ஆசை இருந்தா இப்பவே மூட்டை கட்டு.
கெஞ்சிக் கேட்டுக் கறேன். இங்க ஒரு வாரமாவது தங்க அனுமதி குடுங்க. நான் வீட்டுக்காக மந்திரிகிட்ட மனு கொடுத் திருக்கேன்.
இந்து நாயே, சாயங்காலம் உன்னை இந்த ரூம்ல பார்த்தோம்னா அவ்வளவுதான். பார்த்து அழறதுக்குகூட உன் உடம்பு உன் குடும்பத்துக்குக் கிடைக்காது.
சாயங்காலம் சரியா ஆறு மணிக்கு வருவோம்.

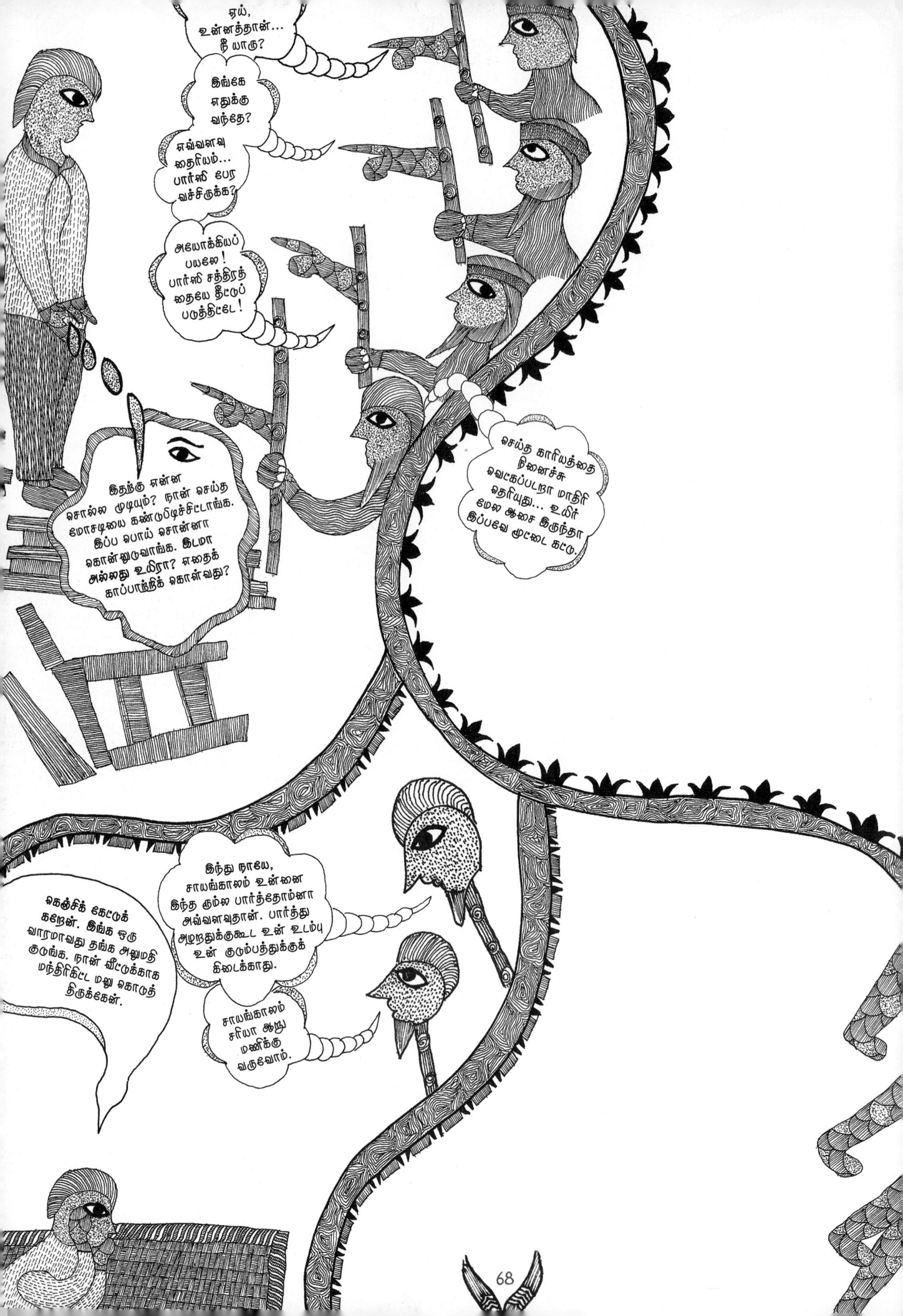

நாசமாப் போன பிரதம மந்திரியும் அவரோட அதிகாரிகளும் தங்க இடம் இல்லாமல் தவிக்கவிடறாங்களே... சிறை மாதிரி இருக்கற இந்த அறைகூட ஒரு பொக்கிஷம் மாதிரி இருக்கு. ஏன்னா இது எனக்கு வீடு மாதிரி.
என்ன செய்வது? இடம் கிடைப்பது பெரிய பிரச்சினையா இருக்கு. குவார்ட்டர்ஸ் கிடைக்கிற வரைக்கும் தற்காலிகமா ஏதாவது ஒரு இடத்தை கண்டு பிடிச்சிதான் ஆகனும். வேறு வழியில்லை!
என்ன செய்யறது? இங்க தீண்டாதவங்க குடும்பங்கள் யாரையும் தெரியாது. என்னுடைய இந்து நண்பர்களோ, கிறிஸ்தவ நண்பர்களோ உதவலாம்...
ஜெய், எனக்கு அரசாங்க வீடு கிடைக்கிற வரைக்கும் இங்க உன்கூட கொஞ்ச நாள் தங்கலாமா?
பீமாராவ், உனக்கே தெரியும். நீ என்னுடைய ரொம்ப நெருங்கிய நண்பன். பார்சிகள் உன்னை நடத்தின விதத்தைக் கேட்டு எனக்கு ரொம்ப கோபமாகவும் வருத்தமாகவும் இருக்கு. நீ எங்க வீட்டுல தாராளமா தங்கலாம். ஆனா என் வேலைக் காரர்கள் வீட்டை விட்டுப் போயிடுவாங்க.
எனக்குப் புரியுது. நான் உனக்கு அசௌகரியம் ஏற்படுத்த விரும்பல.

வதோரா, * கருணை நிரம்பிய ஆலமரத்தின் பெயர் தாங்கிய ஊரே,
உன்னுடைய நெரிசலான தெருக்களில் எனக்கு மட்டும் இடமில்லை பாரேன்.

மேலே கூரை இல்லை, ஓய்வெடுக்க இடம் இல்லை.
விஷயங்களைப் பகிர்ந்துகொள்ள நண்பர்கள் இல்லை.

* ஆலமரத்தைக் குறிக்கும் வத்பத்ரா மருவி
வடோதரா ஆனது. இது பரோடாவின் மூலப் பெயர்.

உன் நிலையைப் பார்த்தா பாவமா இருக்கு. பார்ஸிகள் செஞ்சதைக் கேட்க அதிர்ச்சியா இருக்கு. இருந்தாலும் நான் என் மனைவியைக் கேட்கணும். உனக்கே தெரியும். நான் பரந்த மனப்பான்மை உடையவன். ஆனால், பெண்களால ஆச்சாரங்களைவிட்டு வெளியில வர முடியாது இல்லையா...
சாமர்த்தியமாப் பேசறான். ம்... மதம் மாறுவதற்கு முன்னாடி இவனும் இவன் மனைவியும் பிராம்மணர்கள் ஆச்சே!
நான் இந்த விடுதியை விட்டுப் போயாகணும். எங்கே போவதுன்னு தெரியலை. நான் படித்தவன். வேலை செய்பவன். இருந்தாலும் ஒரு நாள் இரவு தங்க இடம் கிடைக்கல.
நன்றி பீட்டர். அவங்களை சங்கடத்தில் ஆழ்த்தக் கூடாது. இன்னிக்கு ராத்திரி எங்க தங்கறதுன்னு பார்க்கணும்...
அம்பேத்கர் கமாத்தி பாக் பொதுப் பூங்காவில் காத்திருப்பது என்று தீர்மானித்தார்.
இன்னிக்கே நான் பம்பாய் திரும்பிப் போகணும். டிரெயின் 9 மணிக்கு கிளம்புது. இன்னும் ஐந்து மணிநேரம் எங்கே தங்கறது? விடுதிக்கே போகலாமா? நான் திரும்பி வருவேன்னு அவங்க காத்துருக்கலாம். வேறு நண்பனைப் போய்ப் பார்க்கலாமா? வேண்டாம். யாரும் என்னைப் பார்த்துப் பரிதாப்படுவதை நான் விரும்பவில்லை...
நான் மகாராஜாவுக்குப் பணியாற்ற முடியாமல் 11 நாட்களிலேயே திரும்பிப்போகிறேன். இதற்குக் காரணம், இந்துவுக்குத் தீண்டத்தகாதவன், பார்ஸிக்கும் கிறிஸ்தவனுக்கும் தீண்டத்த காதவன்தான்...

“இதெல்லாம் தெரியவந்தால் என் பெற்றோர் என்ன நினைப்பாங்கள் ! நம்பிக்கையோடு இங்கே வந்தேன். உலகத்திற்கு நிருபிப்பேன் என்று நினைத்தேன். மகாராஜவுக்குப் பட்ட நன்றிக் கடனைத் தீர்ப்பதற்காக நல்ல சம்பளம் தரும் பல வேலைகளைக்கூட ஏற்கவில்லை.”

தீண்டாமைங்கிறது கிராமங்களில்தான் இன்னும் நடைமுறையில இருக்குன்னு நீ சொன்ன இல்ல... படிப்பு, வேலை எல்லாம் இருந்தும் அம்பேத்கரின் ஜாதி காரணமாக பரோடா போன்ற நகரத்திலேகூட அவருக்குத் தங்கும் இடம் மறுக்கப்பட்டது. சமீபத்தில், டில்லியில் சிவில் சர்வீஸ் பரீட்சை பயிற்சிக்காக வந்த மூன்று மாணவர்கள் தலித்துகள் என்று தெரியவந்ததும் அடித்துத் துரத்தப்பட்டார்கள்.
நில உரிமையாளரால் தாக்கப்பட்ட தலித் சகோதரர்கள்
த ஹிந்து.
புது தில்லி, 5 மே 2008.
முகர்ஜி நகரில்வாடகைக்குக்குடியிருந்தமூன்றுதலித்சகோதரசகோதரிகள் வீட்டு உரிமையாளரின் குடும்பத்தினரால் அடித்து உதைக்கப்பட்டு அவமானப்படுத்தப்பட்டனர். அவர்கள் தாழ்த்தப்பட்ட சமூகத்தைச் சார்ந்தவர்கள் என்பது தெரியவந்ததுதான் இதற்குக் காரணம். முகர்ஜி நகர் 165ஆம் எண்ணில் உள்ள வீட்டில் மூன்றாவது மாடியில் இரண்டு சகோதரிகளும் ஒரு சகோதரருமாக வசித்துவந்தனர். நில உரிமையாளரான ஓம் பிரகாஷ் குரோவர், அவருடைய மனைவி, அவர்களின் மகன் மற்றும் மருமகள் ஆகியோர் சேர்ந்து தங்களைக் கடுமையாகத் தாக்கியதாக அவர்கள் கூறினார்கள். சகோதரிகளில் ஒருவரான கனகலதா சனிக்கிழமையன்று தண்ணீர் எடுக்கக் கீழே சென்றார்.
“அவர்கள் அவளைத் தண்ணீர் பிடிக்க விடாமல் தடுத்து செருப்பால் அடிக்க ஆரம்பித்தனர். இதைத் தடுக்கப்போன என்னுடைய சகோதரர் சந்திர பூஷனும் தாக்கப்பட்டார். சந்தடி கேட்டு நானும் ஓடிப் போனேன். அவர்கள் என் உடையைக் கிழிக்க முயற்சித்தனர். வீட்டுச் சொந்தக்காரரின் மகன்களில் ஒருவர் என்னைக் குத்தினார். வீட்டு முன்பு நிறைய மக்கள் கூடிவிட்டனர் ஆனால் ஒருவரும் எங்களுக்கு உதவ முன்வரவில்லை” என்று மற்றொரு சகோதரி மனோரமா கூறினார்.
தலித்துகள் அருகில் வசிக்கும் தங்கள் சகோதரர் விஜய் பகதூரையும் அவரது நண்பரையும் உதவிக்கு அழைத்தனர். ஆனால் அவர்களும் தாக்கப்பட்டதாகக் குற்றம்சாட்டப் பட்டுள்ளது.
வீடு என்று சொல்லும் இடங்களே இவ்வளவு மோசமாக இருக்கும்போது, புதிய இடங்களுக்குப் பிரயாணம் செய்வது எப்படி இருக்கும்...

பகுதி 3

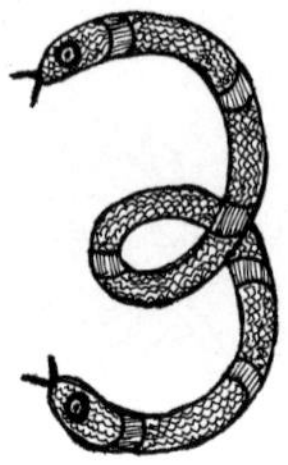

பயணம்

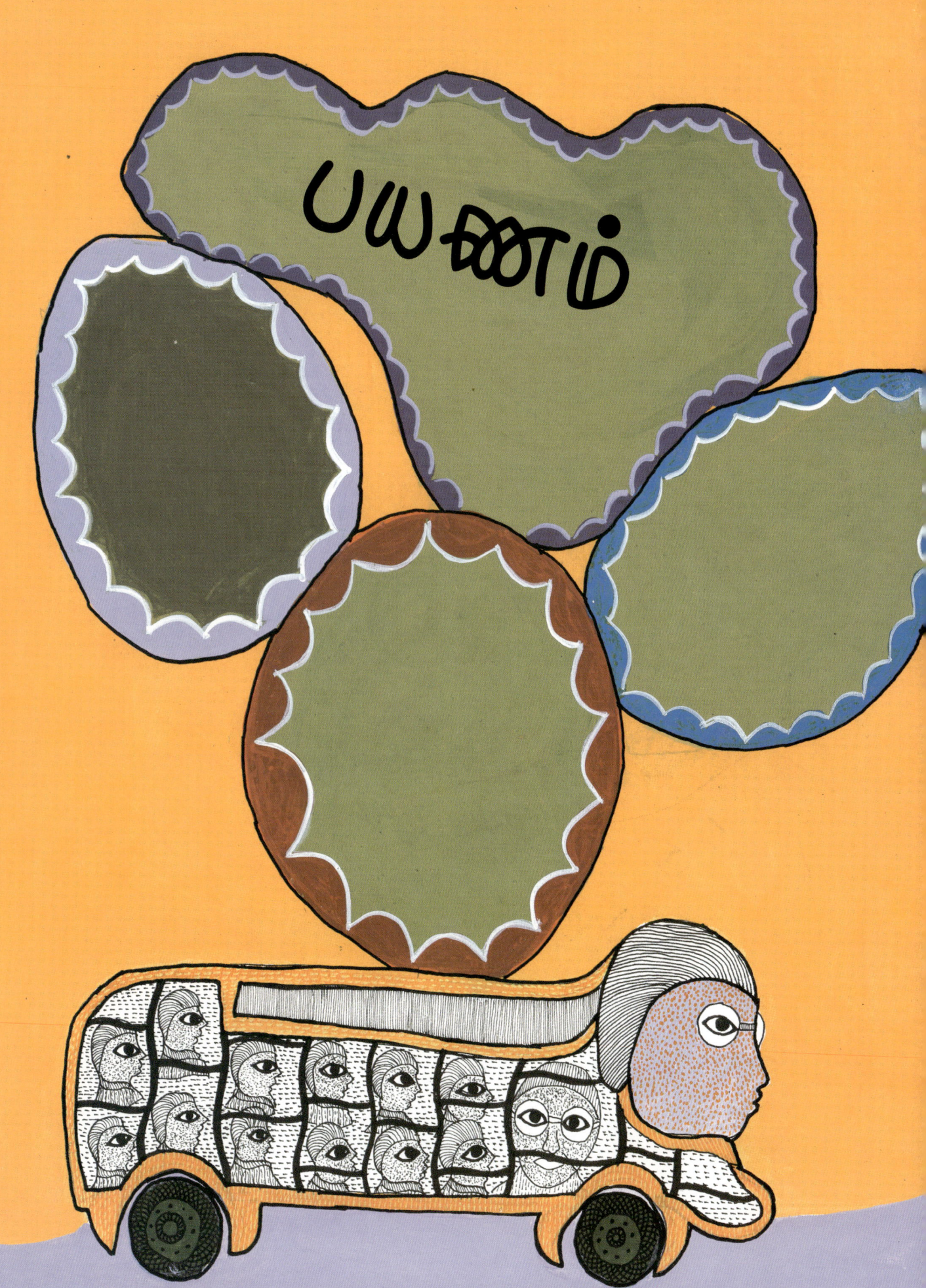

அவுரங்காபாத் 1934. 43 வயது அம்பேத்கர் நண்பர்களுடன் பேருந்தில் பயணித்துக்கொண்டிருக்கிறார்.
பாபாசாகேப், பார்சி ஓட்டல் பற்றி நீங்கள் சொன்னது முக்கியமானது. நான்கூட ஆச்சரியப்படுவதுண்டு. மதம் மாறினால்கூட மக்கள் மனதிலிருந்து தீட்டு போன்ற எண்ணங்கள் மாறுவதே இல்லை. பார்ஸிகளோ, கிருஸ்தவர்களோ, யாராக இருந்தாலும் ஜாதி முறையை விடுவதே இல்லை.
முஸ்லீம்களும் அப்படித்தான். இத்தனைக்கும் அவர்கள் மதமும் ஆண்டவனின் பார்வையில் மனிதர்கள் சமம் என்றுதான் சொல்கிறது.
இயற்கைக் காட்சிகளை ரசித்துக்கொண்டே பயணிப்பது இதுதான் முதல் முறை!

ஆனால் நாம் பயணம் செய்யும்போதுதான் மக்களின் மிக மோசமான முகம் வெளிப்படுகிறது.
நாம் யாருக்கும் அறிவிக்காமல் பயணம் செய்ய முடிவெடுத்தது சரிதான். பேருந்து முழுக்க மஹர் குலத்தைச் சேர்ந்த அரசியல் தொண்டர்களும் மற்ற தீண்டாத இனத்தைச் சேர்ந்தவர்களும் வருவது யாருக்கும் தெரியாது.
ஆமாம். இல்லாவிட்டால் தேவையில்லாமல் நம்மீது கவனம் விழும். தவுலதாபாத்தில் உள்ளவர்களிடம் நாம் வருவது பற்றி சொல்லிவிட்டேன். அவர்கள் வழிகாட்டு வார்கள்.
வெருலில் உள்ள பௌத்தக் குகைகளைக் காண மிகவும் ஆவலாக உள்ளது. தவுலதாபாத்தில் சுற்றிப் பார்க்க என்ன இருக்கிறது?

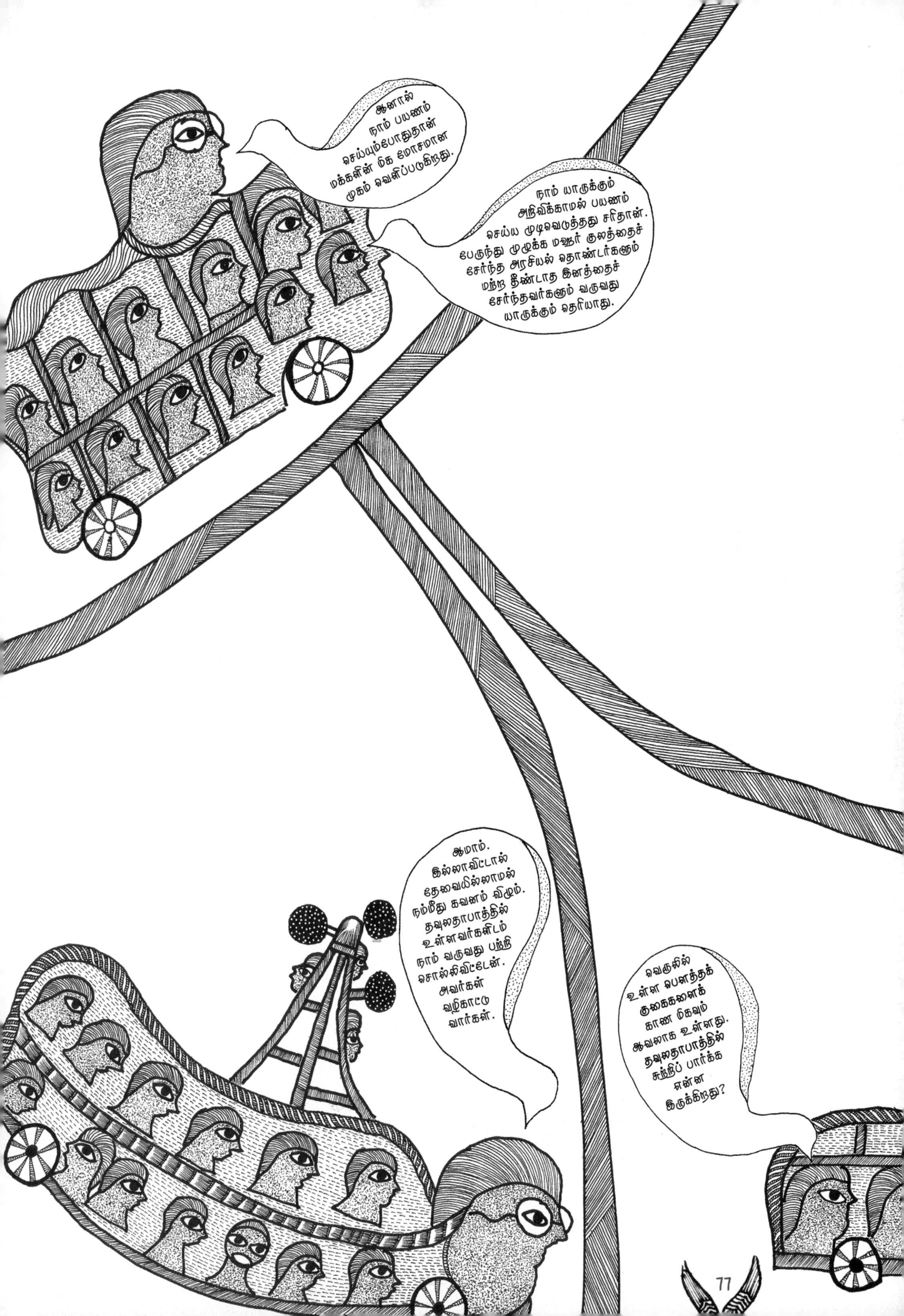

‘‘இந்த இடம் நிஜாமின் ஆட்சிக்குட்பட்டது. ஒரு காலத்தில் இது இந்து அரசரால் ஆளப்பட்டு வந்தது. இங்குள்ள கோட்டை வரலாற்று சிறப்பு வாய்ந்தது... நாம் இப்போது சாப்பிடுவோமா?’’

சாலிஸ்காவில் உள்ள தீண்டாதவர்கள் இரவு அங்கே நான் தங்க வேண்டும் என்றார்கள். நான் ஒப்புக்கொண்டேன். துலியாவிலிருந்து திரும்பும் போது ரயில் நிலையத்தில் என்னைச் சந்தித்தார்கள்.
பாபாசாகேப், நீங்கள் எங்களுடன் தங்குவது எங்களுக்கு பெரிய கௌரவம். எங்கள் ஊரான மஹர்வாடா இங்கிருந்து கொஞ்ச தூரம்தான்.
15 நிமிடங்கள் கழித்து...
ஒரு குதிரை வண்டியை வாடகைக்கு எடுக்கலாமா?
வந்து... இன்னும் கொஞ்ச நேரம்...
ஏன் இவ்வளவு நேரம் காத்திருக்கிறோம்? நடப்பதில் எனக்கு ஆட்சேபணை இல்லை.
கொஞ்சம் பொறுத்துக் கொள்ளுங்கள் பாபாசாகேப்

ஒரு மணி நேரம் கழித்து...
நாம் குறுக்கு வழியில போயி பாபாசாகேப் வண்டி வரத்துக்குள்ள வீட்டுக்கு போயிடணும்.
தம்பி நாம்தேவ், பார்த்து ஓட்டுப்பா...
ஜாக்கிரதை! எதிரில் கார் வருவது தெரியலையா? இந்நேரம் இடிச்சிருப்போம்...
ஏய்! பாத்துப் போ... பெரிய மனுஷர் யாரோ உட்காந்திருக்கார் போல இருக்கு. இல்லாட்டா உன்னை சும்மா விட்டிருக்க மாட்டேன்.
நல்லவேளை தப்பித்தோம். இவர் ஏன் இவ்வளவு மோசமாக ஓட்டுகிறார்?

ஒரு வழியாக ஆற்றின் மேல் அமைந்துள்ள பாதையில் வரத் துவங்கினோம். அது சாலையின் நடுவே செங்குத்தாக அமைந்திருந்தது... அதில் சுற்றுச் சுவர்கள் இல்லை. ஒரு இடத்தில் கூர்மையான திரும்பம்...
ஆ... ஆ... ஆ... ஆ... ஆ...
"நான் ரொம்ப நேரம் மயக்கத்தில் இருந்தேன். எனக்கு முன்பே மராத்வாடாவுக்கு போய்விட்ட அவர்கள் விரைந்து வந்து என்னை அழைத்துச் சென்றார்கள்."
எனக்கு ஒரு விஷயம் புரியவில்லை. அவர் தினமும் அந்த வழியாகப் போய் வந்துகொண்டுதானே இருப்பார். பிறகு ஏன் ஆற்றுப் பாலத்தைக் கடக்கிறோம் என்பது தெரியவில்லை?
பாபாசாகேப், குதிரை வண்டிக்காரர்கள் உங்களை ஏற்றிக்கொள்ள மாட்டார்கள். உங்களை நடக்க வைத்து எப்படி அவமானப்படுத்துவோம்? அதனால்தான் என் மைத்துனர் வண்டியை வாடகைக்கு வாங்கி உங்களை அழைத்து வர முயன்றார்.
இதற்கு முன்பு அவர் வண்டியே ஓட்டியதில்லையா?
இல்லை, பாவம். அவருக்கு எலும்பு முறிந்து விட்டது,.
தயவு செய்து கொஞ்சம் பால் குடிங்க.

என் கௌரவத்தைக் காப்பாற்ற என் கழுத்தை முறிக்கப் பார்த்தீர்களே!
நாம்தேவ் கையில் கடிவாளத்தை பிடித்திருந்தான். அது எதற்காக என்று அவனுக்கு தெரியாது. அவன் பதட்டமானபோது கடிவாளத்தை விட்டு விட்டான். முட்டாள் குதிரையும் கவிழ்த்து விட்டது.
ஹுஹ் ! அவங்க தப்பு பண்ணிட்டு என்மீது பழி போடுகிறார்கள்.
ஜாதி இந்துக்கள் இழிவாக நினைக்கும் வண்டிக்காரர்கூட தாழ்த்தப்பட்டவர்களைவிட தங்களை உயர்ந்தவர்களாக கருதிக் கொள்கிறார்கள்.
இந்த மாதம் 5ஆம் தேதி எனக்கு ஒரு பெண் குழந்தை பிறந்தது. 7ஆம் தேதி என் மனைவிக்கு உடம்பு சரியில்லாமல் போயிற்று. நெஞ்சுப்பகுதி வீக்கமடைந்தது. மூச்சுவிட மிகவும் சிரமப்பட்டாள். நான் மருத்துவரை அழைத்து வரச் சென்றேன் ஆனால் மருத்துவரோ ஹரிஜனின் வீட்டிற்கு வர மறுத்துவிட்டார். நான் நாகர்சேத்திடம் சென்று உதவி கோரினேன். நாகர்சேத் நான் மருத்துவச் செலவுக்கான தொகையைத் தருவேன் என்று எனக்காக உறுதியளித்தார். இதையடுத்து மருத்துவர் வர சம்மதித்தார். அங்கு வந்தாலும் ஹரிஜனக் குடியிருப்புக்கு வெளியேதான் மருத்துவம் செய்வேன் என்றார். நான் என் மனைவியையும் பச்சிளம் சிசுவையும் குடியிருப்புக்கு வெளியே அழைத்து வந்தேன். மருத்துவர் வெப்பமானியை ஒரு முஸ்லிமிடம் கொடுத்தார். அவர் அதை என்னிடம் கொடுக்க நான் அதை என் மனைவியிடம் கொடுத்தேன். அப்படியே அது மருத்துவரிடம் சென்றது...
மருத்துவர் மனைவிக்கு நிமோனியா காய்ச்சல் என்று சொல்லிவிட்டுக் கிளம்பினார். மருந்துகளை அனுப்பி வைத்தார். கட்டணம் 2 ரூபாய் கொடுத்தபோதிலும் மேற்கொண்டு மருத்துவம் பார்க்க மறுத்துவிட்டார். என் வாழ்வின் ஜோதி அணைந்துவிட்டது. இன்று மதியம் 2 மணிக்கு என் மனைவி இறந்துவிட்டாள்.
பாரிஸ்டர் பட்டம் பெற்றிருந்தாலும் பி.எச்.டி பட்டம் பெற்றவராக இருந்த போதிலும் அவருக்கு அதே நிலைதான்.
என் அதிர்ஷ்டம் நல்ல மருத்துவர் எனக்கு சிகிச்சை அளித்தார். யங் இந்தியாவில் வாசித்த செய்தி நினைவுக்கு வருகிறது.
இதை எழுதியவர் கிராமத்துப் பள்ளி ஆசிரியர். மருத்துவர் அவர்களைத் தொட மாட்டார் என்பதால் அவர் மனைவி இறந்துவிட்டார். நான் என் கால் குணமாகாமல் போய்விடுமோ என்று பயந்துவிட்டேன்.
யங் இந்தியா காந்தி நடத்திய பத்திரிகை. டிச.12, 1929.

இது கொடுமை யான சம்பவம், ஆனால் நம் மக்களுக்கு இது சகஜமானது. நாம் கிளம்ப நேரமாகிவிட்டது. வா பஸ்ஸுக்குப் போவோம்.

மருத்துமனையிலிருந்து வெளியேற்றப்பட்டதால் இரண்டு தலித் பெண்கள் மரணம்.

டைம்ஸ் நியூஸ் நெட்வொர்க்
2 நவம்பர், 2007.

கான்பூர்: தலித்துகளுக்கு எதிரான கொடுமைகள் மாயாவதி தலைமையிலான பகுஜன் சமாஜ் கட்சி ஆட்சிக்கு வந்ததும் பழங்கதையாகிவிடும் என்றே தலித்துகள் எதிர்பார்த்திருந்தனர். ஆனால் வியாழனன்று இங்குள்ள அரசு மருத்துவமனையிலிருந்து தலித் பெண்கள் இருவர் வலுக்கட்டாயமாக வெளியேற்றப்பட்டதனால் மரணமடைந்தனர். அரசு சுகாதார அலுவலர்கள் ஆளுக்கு ஆயிரம் ரூபாய் லஞ்சம் கேட்டுள்ளனர். அவர்களால் கொடுக்க முடியவில்லை என்றதும் அடித்து வெளியே தள்ளிவிட்டார்கள். மாலை 5 மணி அளவில் தேவோரதி (25) இறந்தார். அவர் கணவர் திலீப் ஒரு அதிகாரிக்கு 500 ரூபாய் லஞ்சமாகக் கொடுத்த பிறகே மருத்துவமனையில் சேர்க்கப்பட்டிருக்கிறார். ஆனால் மருத்துவமனை விதிகளின்படி இலவசமாகச் சேர்க்கப்பட வேண்டும்.

இச்சம்பவம் நடந்து சில மணி நேரம் கழித்து, அம்பர்பூர் கிராமத்தைச் சேர்ந்த ராம்பிரகாஷின் மனைவி கமலா ஒரு பெண் குழந்தையை ஈன்றெடுத்த உடனேயே மருத்துவமனையிலிருந்து வெளியேற்றப்பட்டு மரணமடைந்தார். மருத்துவமனை அலுவலர்கள் கேட்ட ரூ.500 லஞ்சத்தை அவரது உறவினர்கள் கொடுக்க மறுத்தனர். அவர்கள் வறுமைக்கோட்டிற்குக் கீழுள்ள கர்ப்பிணிப் பெண்களுக்கு 'ஜனனி சுரக்ஷா யோஜனா' திட்டத்தின் கீழ் வழங்கப்படும் ரூபாய் 1,400ஐயும் தருமாறு கேட்டுள்ளனர்.

பாபாசாகேப், நீங்கள் கண்டிப் பாகத் தேநீரும் சிற்றுண்டியும் அருந்த வேண்டும்...
நண்பர்களே, உங்களுடைய விருந்தோம்பலுக்கு மிகவும் நன்றி. எங்களுக்கு அவசியம் தேநீர் தேவைதான். ஆனால் நாங்கள் கோட்டையைப் பகல் வெளிச்சத்தில் பார்க்க விரும்புகிறோம். நாங்கள் திரும்பி வரும்வரை காத்திருப்பீர்களா?
சரி... கோட்டைக்கு வழி காட்ட உங்களுடன் சிலரை அனுப்பு கிறோம்.

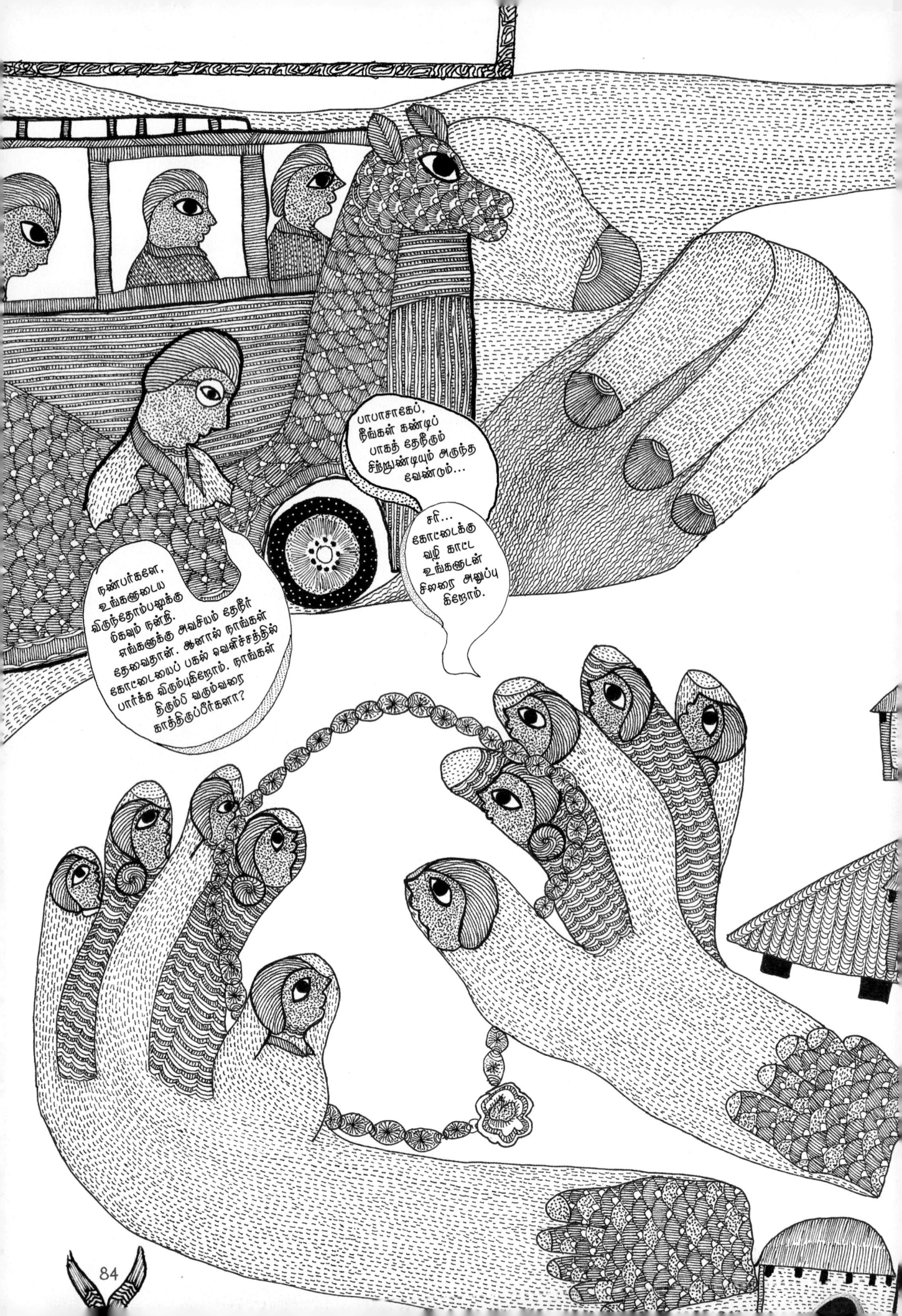

ஆஹா! கோட்டை எத்தனை கம்பீர மாக இருக்கிறது... அந்தக் குளத்திற்குச் சென்று சுத்தம் செய்து கொள்வோம். இங்கே யாரும் இருப்பதாகத் தெரிய வில்லை...
இது புனிதமான ரம்ஜான் மாதம். இங்குள்ள மக்களில் பெரும்பாலோர் முஸ்லிம்கள்.
தேட்கள் தீண்டத்தகாதவர்கள்! அவர்கள் குளத்தை அசுத்தப்படுத்தி விட்டார்கள்!

ஐயா, நாங்கள் கோட்டைக்குள் செல்வதற்கு எப்படி அனுமதி பெறுவது?
யார் நீங்கள்?
தீண்டத்தகாத வர்களுக்குத் திமிர் அதிகமாகி விட்டது!
ஐயா, நாங்கள் வெளியூர்க்காரர்கள். இங்குள்ள பழக்கம் எங்களுக்குத் தெரியாது.
இந்த தேட்கள் தாங்கள் பணிந்து நடக்க வேண்டும் என்று தங்கள் மதம் போதிப்பதை மறந்து விட்டார்கள்.
இது எங்கள் தவறுதான். யாரிடமும் விசாரிக் காமலேயே அப்படிச் செய்துவிட்டோம்.
நீங்க யாருகூட தங்கியிருக் கீங்களோ அவங்க மேலதான் தப்பு!
இவங்களுக்கு சரியான பாடம் கற்றுத் தரணும்.
ஐயா, அவர்கள் தண்ணீர் குடிப்பாங்கன்னு எங்களுக்குத் தெரியாது. நாங்கள் சும்மா அவங்ககூட வந்தோம்.
அவர்களைப் பாருங்கள். தீண்டாத கிராமத்தைச் சேர்ந்தவர்கள்.
வேசி மகன்களே! இந்தக் குளத்தை தீண்டத்தகாதவர்கள் பயன்படுத்தக் கூடாதுன்னு நீங்கள் ஏன் இவங்ககிட்ட சொல்லலை?
வேசி மகன்களே!!
ஏய், பார்த்துப் பேசு.
பொறு தம்பி! இங்கு கலவரம் நடந்து பிணங்கள் விழுவதை நாங்கள் விரும்பலை!
அசிங்கம் பிடித்த தேட்களே! ஒவ்வொருவரும் தன் மதம் சொல்கிறபடிதான் நடந்துக்கணும்! தீண்டத் தகாதவர்கள் பொதுக் குளத்திலிருந்து தண்ணீர் எடுக்கக் கூடாது.
86

இங்க பாருங்க. நான் பொறுமைசாலிதான் ஆனாலும் எங்களை அவமானப் படுத்துவதை என்னால் சகிக்க முடியாது. இளைஞனே, இதைத்தான் உன் மதம் உனக்கு போதிக்கிறதா? ஒரு தீண்டாதவர் முஸ்லிமாக மாறிவிட்டால் அவர் இந்தக் குளத்திலிருந்து தண்ணீர் எடுப்பதை நீ தடுப்பாயா? நாங்கள் கோட்டைக்குள் செல்ல முடியுமா முடியாதா என்பதை மட்டும் சொல். இந்தப் பேப்பர் நான் யார் என்பதைச் சொல்லும். இந்த இடத்தின் பொறுப்பாளரிடம் இதைக் காட்டு...
நீங்கள் உள்ளே போகலாம். ஆனால் கோட்டைக்குள்ளே எங்கேயும் தண்ணீரைத் தொடக் கூடாது. இந்த சிப்பாய் ரஹ்மான் உங்களை கண்காணிப்பதற்கு கூடவே வருவான்.

இந்துக்களால் எங்களுக்கு இழைக்கப்படும் அநீதி, ஒடுக்கப்படுதல், கொடுங்கோன்மை ஆகியவை பற்றி நாங்கள் மிகைப்படுத்திக் கூறுகிறோம் என்று எங்கள் மீது பலர் பழி சுமத்துகிறார்கள். உதாரணத்துக்குத் தீண்டாத ஒரு பெண்ணுக்கு மருத்துவம் பார்த்த மருத்துவரையே எடுத்துக்கொள். அவருடைய மருத்துவத் தொழிலுக்கே உரியதான நெறிமுறைகளை மீறியது குறித்த ஒரு சலனமோ மனத் தடுமாற்றமோ அவரிடம் இல்லை. ஒரு இந்து ஒரு தீண்டாதவனைத் தீண்டுவதைக் காட்டிலும் மனிதாபிமானம் அற்றவனாக இருப்பதையே விரும்புவான். இந்துவுக்குத் தீண்டாதவனாக இருப்பவன் பார்ஸிக்கும் தீண்டாதவனாகவே இருக்கிறான் என்பதை பரோடாவில் கண்டேன். இந்துவுக்குத் தீண்டாதவனாக இருப்பவன் முஸ்லீமுக்கும் தீண்டாதவனாகவே இருப்பான் என்பதை தௌலதாபாத்தில் தெரிந்துகொண்டேன்.
சமத்துவமும், சமூக நீதியும் இன்று நம் நாட்டில் ஓரளவுக்கு தீவிரமாக எடுத்துக் கொள்ளப்படு வதற்குக் காரணம் அம்பேத்கர் தான்.
நீ மிகைப்படுத்து கிறாய். சமத்துவம் என்ற விஷயத்தில் காந்தியைவிட அம்பேத்கர் தீவிரமாக இருந்தார் என்று சொல்ல ஆரம்பித்துவிடுவாய்!
கொஞ்சம்கூடத் தயக்கமில்லாமல் சொல்லுவேன். அம்பேத்கர் சமூக நீதியை நிலைநாட்டுவதற்காக வாழ்நாள் முழுவதும் பிரச்சாரம் செய்தார். 1920இல் ஜாதிக்கு எதிரான செய்தித்தாள் துவக்கினார். லண்டன் ஸ்கூல் ஆஃப் எக்னாமிக்ஸில் கல்வி கற்று வழக்கறிஞராகத் தேர்வுசெய்யப்பட்ட காலங்களிலும் பம்பாய் உயர் நீதிமன்றத்தில் வழக்கறிஞராகப் பணிபுரிந்தபோதும் அவர் சமூக நீதிக்காகவே பாடுபட்டார். அவர் தீண்டத்தகாத மக்கள் அரசியலில் ஈடுபட வேண்டும் என்று விரும்பினார். அவர்களுடைய உரிமைகளுக்காக அவர்கள் போராட வேண்டும். மேல் ஜாதி இந்துக்களின் கருணையையும் அனுதாபத்தையும் எதிர்பார்த்திருக்கக் கூடாது என்று கருதினார். அரசியல் விழிப்புணர்வை ஏற்படுத்துவதற்காக நிறைய இயக்கங்களைத் துவக்கினார். மிகவும் தாழ்த்தப்பட்டவர்களுக்காகப் பள்ளிகளையும், நூல் நிலையங்களையும் ஏற்படுத்தினார். காந்தி மற்ற விஷயங்களுக்கு முன்னுரிமை கொடுத்தார்.

நீதி நம் பக்கம் உள்ளது. எனவே நாம் தோற்க வாய்ப்பில்லை. போராட்டம் என்பது எனக்கு மகிழ்ச்சி தரும் விஷயம். போராட்டம் என்பது அதன் முழுமையான பொருளில் ஆன்மீக அம்சம் கொண்டது. நமது போராட்டம் பணத்துக்காகவோ அதிகாரத்துக்காகவோ அல்ல. அது சுதந்திரத்துக்காக. மனித ஆளுமையை மீட்டெடுப்பதற்கான போராட்டம் அது.
கற்பி, ஒன்று சேர், போராடு, உன்மீது நம்பிக்கை வை. இதுதான் நான் உனக்குச் சொல்லும் அறிவுரை.
தீண்டாதாருக்குத் தனி வாக்குரிமை தேவை என்று பிரிட்டிஷ் அரசை ஒப்புக்கொள்ள வைப்பதில் அம்பேத்கர் கிட்டத்தட்ட வெற்றி பெற்றுவிட்டார். ஆனால் காந்தி குறுக்கிட்டு அதைத் தடுத்துவிட்டார்.

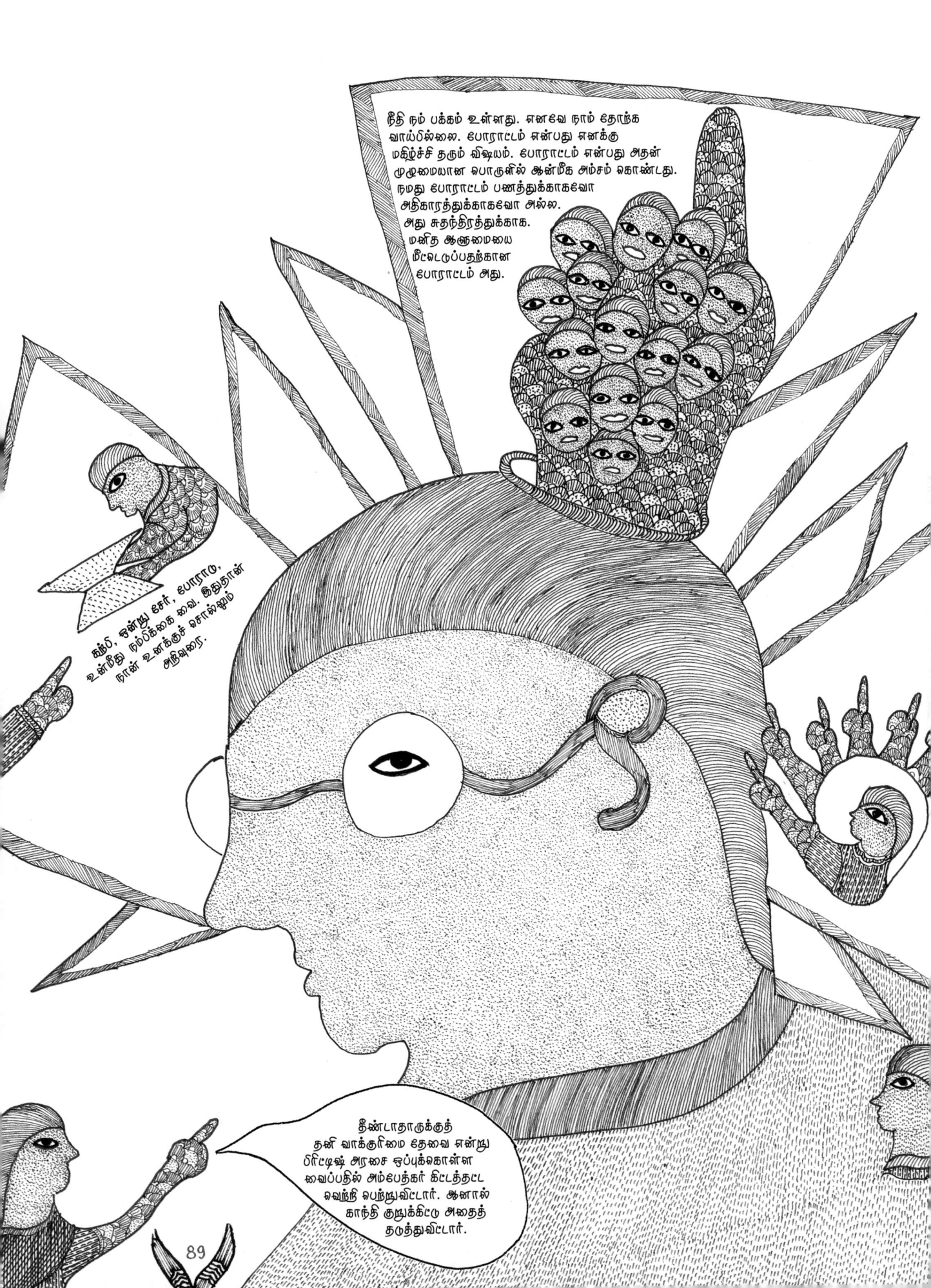

செப்டம்பர் 1931
இந்திய வட்ட மேஜை மாநாட்டின் சிறுபான்மையினர் குழுவிற்கு
தன்னாட்சி பெற்ற இந்தியாவில் ஒடுக்கப்பட்ட பிரிவினர் பெரும்பான்மை ஆட்சியின் கீழ் கீழ்க்கண்ட விதிமுறைகளின்படி தங்களைப் பொருத்திக்கொள்ளச் சம்மதிப்பார்கள்.
1. சமமான குடியுரிமை.
2. சம உரிமைகளைச் சுதந்திரமாக அனுபவித்தல்.
3. பாகுபாட்டுக்கு எதிரான பாதுகாப்பு.
4. சட்டசபைகளில் உரிய பிரதிநிதித்துவம்.
5. அரசுப் பணிகளில் உரிய பிரதிநிதித்துவம்.
6. மந்திரிசபையில் உரிய பிரதிநிதித்துவம்.
7. பாராபட்சமான செயல்களுக்கு எதிரான இழப்பீடு.
இந்தியாவின் தீண்டாத மக்களுக்கு இந்த மாநாட்டுக்குத் தங்களுடைய பிரதிநிதிகளைத் தேர்ந்தெடுக்கும் வாய்ப்பு கிடைத்தால், நிச்சயம் எனக்கு இங்கு ஒரு இடம் இருக்கும் என்பதில் எனக்கு எந்தச் சந்தேகமும் இல்லை. ஆகவே, என் சமூகத்திற்கான உரிமைகளைக் கோரும் ஒட்டுமொத்தப் பிரதிநிதியாக நான் இருக்கிறேன் என்று சொல்லிக் கொள்கிறேன்.
காந்தி உண்ணாவிரதத்தால் அரசாங்கத்துக்கும், அம்பேத்கருக்கும் நெருக்கடி கொடுத்தார். அதனால் தனித் தொகுதி என்னும் விஷயத்தை அரசாங்கம் கைவிட்டது. "காங்கிரஸ் சாற்றை உறிஞ்சிவிட்டுச் சக்கையை தீண்டாதாரின் முகத்தில் எறிந்துவிட்டது" என்றார் அம்பேத்கர்.
ம்ம்ம்... தனித் தொகுதி என்பது இட ஒதுக்கீடு மாதிரியானது, இல்லையா? இந்த விஷயத்தில் நான் காந்தியின் பக்கம்தான்.
நீ அப்படித் தான் இருப்பாய். இந்தியாவின் அரசியல் சட்டத்தை அம்பேத்கரைத் தவிர வேறு யாராவது தயாரித்திருந்தால் அது இப்போதுள்ளதைப் போல் இருக்காது என்று திட்டவட்டமாகக் கூறமுடியும்.
பள்ளியில் அம்பேத்கர் பற்றிய இந்த ஒரு விஷயத்தைத்தான் கற்பித்திருக்கிறார்கள். அவர்தான் இந்திய அரசியல் சட்டத்தை வடிவமைத்தவர் என்று. அவர் ஏதோ ஒரு குழுவின் தலைவர் இல்லையா?
இந்தியாவின் குடிமக்களாகிய நாங்கள் முறைப்படி இந்தியாவை ஜனநாயகக் குடியரசாக உருவாக்க உறுதி பூணுகிறோம்.
இதன்படி அதன் குடிமக்கள் அனைவருக்கும் சமூக, பொருளாதார அரசியல் நீதியை நிலைநாட்டவும்; சிந்தனை, பேச்சு, கருத்து, நம்பிக்கை மற்றும் வழிபாடு ஆகியவற்றுக்கான சுதந்திரத்தைப் பெறவும்; சம அந்தஸ்து மற்றும் சமமான வாய்ப்புக் கிட்டவும் மற்றும் அனைவரிடமும் சகோதரத்துவத்தை வளர்க்கவும், தனிநபர்களின் கௌரவத்திற்கு உத்தரவாதம் அளிக்கவும், தேசத்தின் ஒற்றுமையைக் காக்கவும்,
நமது பிரதிநிதி சபையில் 1949 நவம்பர் 26ஆம் தேதியான இன்று நாம் இதன் மூலம் நமது அரசியலமைப்புச் சட்டத்தை ஏற்றுக்கொண்டு அதன்படி செயல்படுவோம் என்று உறுதி கூறுகிறோம்.
வரைவுக் குழு. பிரதிநிதிகள் சபை 1949இல் ஏற்றுக்கொண்ட அரசியலமைப்பு வடிவத்தைத் தயாரிப்பதில் அவர் முக்கியப் பங்களித்தார்.

இந்தியாவில் உள்ள பெருவாரியான தீண்டாத மக்களின் பிரதிநிதி என்று என்னை நானே பிரகடனப் படுத்திக்கொள்கிறேன். அவர்களிடையே வாக்கெடுப்பு நடத்தப்பட்டால் நான் அதிக வாக்குகள் பெற்று வெற்றி பெறுவேன் என்று உறுதியாகக் கூறுகிறேன்.
மார்ச் 1932
திரு. சாமுவேல் ஹோவர்
இந்தியாவிற்கான செயலாளர்
திரு. சாமுவேல் அவர்களுக்கு,
தீண்டாதவர்கள் ஒருங்கிணைக்கப்படவில்லை. அவர்களுக்கு அரசியல் விழிப்புணர்வு கிடையாது. மேலும் அவர்கள் மிகவும் மோசமாக நடத்தப்படுகிறார்கள். நான் அவர்களிடமிருந்தே அவர்களைக் காக்க வேண்டும் என்று விரும்புகிறேன். அவர்களுக்கென தனிப்பட்ட தொகுதிகளை ஒதுக்குவது ஒடுக்கப்பட்ட பிரிவினருக்கும், இந்து மதத்துக்கும் கெடுதலாகவே முடியும். மேதகு மன்னரின் அரசாங்கம் ஒடுக்கப்பட்ட பிரிவினருக்காகத் தனித் தொகுதிகள் ஒதுக்குவது என்று முடிவெடுக்குமானால் நான் சாகும்வரை உண்ணாவிரதம் இருக்க நேரிடும் என்று தெரிவித்துக்கொள்கிறேன்...
உங்கள் நம்பிக்கைக்குரிய தோழர்
மோ.க.காந்தி
1. அரசு மதம், இனம், ஜாதி, பாலினம், பிறந்த இடம் ஆகியவற்றை வைத்து எந்த நிலையிலும் தன் குடி மக்களிடம் பாகுபாடு காட்டக் கூடாது.
2. குடிமக்கள் எவரும் மதம், இனம், ஜாதி, பாலினம், பிறந்த இடம் காரணமாக கீழ்க்கண்டவற்றில் மறுக்கப்படவோ, நஷ்டப்படவோ, தடுக்கப்படவோ, நிர்ப்பந்திக்கப்படவோ கூடாது.
(அ) கடைகள், பொது உணவு விடுதிகள், உணவகங்கள் மற்றும் பொது உல்லாச விடுதிகளுக்குச் செல்லும் உரிமை.
(ஆ) கிணறுகள், குளங்கள், குளிக்கும் இடங்கள், சாலைகள், அரசால் முழுமையாகவோ அல்லது ஓரளவு பங்களிப்புடனோ அமைக்கப்பட்ட பொதுமக்கள் பயன்பாட்டிற்கான பொதுச் சத்திரங்களைப் பயன்படுத்த உரிமை.
(3) இவற்றில் பெண்களுக்கும் குழந்தைகளுக்கும் சிறப்புச் சலுகை அளிக்க அரசாங்கம் விரும்பினால் இச்சட்டம் எந்த விதத்திலும் தடுக்காது.
இந்தியாவின் முதல் சட்ட அமைச்சர் அம்பேத்கர் என்பது உனக்குத் தெரியுமா? அவரால் வரையப்பட்ட இந்து சட்ட மசோதாவானது இந்து தனிநபர் சட்டத்தைக் கூடுதல் சமத்துவம் உடையதாக ஆக்க முயன்றது, குறிப்பாக பெண்களுக்குச் சமத்துவம் அளிக்க முயன்றது. அந்த மசோதா விவாகரத்து உரிமையை அளித்திருந்தது. விதவைகளுக்கும் பெண் குழந்தைகளுக்கும் சொத்துரிமை வழங்க வழி செய்தது. பிரதிநிதிகளின் சபை இதைப் பற்றி விவாதித்து அம்பேத்கரின் மாதிரி வரைவை நிராகரித்தது. கோபமடைந்த அம்பேத்கர் ராஜினாமா செய்தார். காலத்தால் முன்னோக்கிய சிந்தனை கொண்டவராக அவர் விளங்கினார்.
ரொம்ப துணிச்சலான செயல்தான்!

குறுகிய பார்வை, அறியாமை, வகுப்பு வாதம் இவையே கிராமங்களின் அடையாளம். அரசியல் சட்டம் கிராமங்களுக்குப் பதில் தனிநபரைத் தன் அலகாகக் கொண்டிருப்பதில் எனக்கு மகிழ்ச்சி.
பௌத்தம் பகுத்தறி வானது. மற்ற மதங்களில் இல்லாத நெகிழ்ச்சித் தன்மை அதிலுள்ளது.
தீண்டத் தகாதவனா கப் பிறந்தது என் குற்ற மல்ல. ஆனால் இந்துவாகச் சாக மாட்டேன்.
எந்தத் திசையில் போனாலும் ஜாதி என்னும் அரக்கன் குறுக்கிடு கிறான்.
இந்திய சமூகம் என்பது ஜாதி களின் அடுக்கு. ஜாதி அடிப் படையிலேயே இங்கு மனிதர் களுக்கு மரியாதை
ஆயிரக் கணக்கான ஜாதிகளாகப் பிளவுபட்ட மக்களை ஒரு தேசம் என்று எப்படிச் சொல்ல முடி யும்?
ஜனநாயகம் என்பது மேல் பூச்சுத்தான். இந்திய மண் அடிப்படை யிலேயே ஜனநாயக விரோத மானது.
வாழ்நாள் முழுவதும் பல கருத்துக்களை துணிச்சலாகக் கூறிவந்தார். இந்து மதத்தை பகிரங்கமாக நிராகரித்துவிடுவது பற்றிச் சிந்தித்துக்கொண்டிருந்தார். அவர் மிகவும் ஆராய்ந்து எழுதிய 'புத்தரும் அவரது தம்மமும்' என்ற நூல் அபாரமான படைப்பு. 1956, அக்டோபரில் அவர் காலமாவதற்கு ஒரு சில மாதங்களுக்கு முன்னர் புத்த மதத்தைத் தழுவினார். 5 லட்சத்துக்கும் மேலான தொண்டர்களும் அவரோடு புத்த மதத்தைத் தழுவினர். மனித வரலாற்றிலேயே மிகப் பெரிய மதமாற்றம் இது.
நீ கூறும் விஷயங்களை முழுக்க ஒப்புக்கொள்ள முடியாவிட்டாலும் அவர் மீது மதிப்பு கூடியிருக்கிறது. தலித்துகள் அவரை ஏன் போற்றுகிறார்கள் என்று என்னால் புரிந்துகொள்ள முடிகிறது. நீ காப்பி குடித்துவிட்டாயா?
முடித்துவிட்டேன். பஸ்ஸும் வந்துவிட்டது. உனக்கு வேலை கிடைக்க என்னுடைய வாழ்த்துக்கள்.
நான் வேலைக்குத் திரும்ப வேண்டும். பை! அல்லது ஜெய் பீம்!

பகுதி

ஹலோ, ஆனந்த் ஸார், நாங்க அந்த வேலையிலதான் ஈடுபட்டுக்கிட்டு இருக்கோம். ஒரு சில பக்கம்தான் பாக்கி இருக்கு. நீங்க வாரக் கடைசியில வரலாம்.
கலை உருப்பெற்ற கதை
ஸ்ரீமாயணம்

என் பெயர் துர்கா. நான் கிழக்கு மத்தியப் பிரதேசத்தில் உள்ள பர்பாஸ்பூர் என்ற கிராமத்தில் பிறந்தேன். எங்கள் கிராமத்துக்கு அருகில்தான் தூட்டி வனம் இருக்கிறது. மூங்கிலால் செய்யப்பட்ட மீன் கூடை போன்ற அமைப்பைக் கொண்டிருப்பதால் அதற்கு அந்தப் பெயர். எனக்கு அப்ப பத்து வயது. இரவு பாட்டி சொல்கிற கதைகளைக் கேட்டுக்கொண்டே தூங்குவேன்.
தினமும் காலையில் துடார் ஆற்றுக்குப் போய் துணி துவைத்து, குளித்துவிட்டு தண்ணீர் கொண்டு வருவேன். வாசலைப் பெருக்கிச் சுத்தம் செய்துவிட்டு வெள்ளைக் களிமண்ணை வைத்து டிக்னா ஓவியங்கள் வரைவேன். பசுஞ்சாணத்தில் வறட்டி செய்வேன். திரும்பவும் தண்ணீர் எடுப்பதற்காக ஆற்றுக்குப் போவேன். முரட்டுத் துணியை வைத்து மீன் பிடிப்பேன். பிறகு தூட்டி காட்டுக்குப் போய் சுள்ளி பொறுக்கிக் கொண்டு வருவேன்.

நான் சுபாஷ். எனக்கும் துர்காவுக்கும் திருமணம் முடிந்தவுடன் எங்கள் கிராமமான சான்புரிக்குக் குடி வந்தோம். விழாக்காலங்களில் வீட்டுச் சுவர்களில் நாங்கள் இருவரும் சேர்ந்து டிக்னா ஓவியங்களை வரைவோம். இந்த டிக்னா வடிவமைப்புகளைத்தான் இந்தப் புத்தகத்தில் பயன்படுத்தினோம்.
டிக்னாக்களை வரைவதற்கு கிராமத்திலிருந்து பல்வேறு வகையான வண்ண மண்களைச் சேகரிப்போம். ஒவ்வொரு பருவத்திலும் ஒவ்வொரு வகையான மண் கிடைக்கும். வெள்ளைக் களிமண் பாரேந்திரா காட்டில் ஜனவரி, பிப்ரவரி மாதங்களில் தான் கிடைக்கும். ராம்ராஜ் என்னும் மஞ்சள் நிற மண் அமர்கண்டக் குன்றில் நர்மதை நதி உருவாகும் இடத்தில் நடக்கும் நர்மதா தேவியின் திருவிழா துவங்குவதற்கு முன்பு கிடைக்கும். அதற்குப் பிறகு அந்த மண் சிகப்பு நிறமாக மாறிவிடும். பின்னர் காலிமட்டி எனப்படும் கருப்பு நிற மண்ணை கர் கா மட் என்ற இடத்திலிருந்து சேகரிப்போம். சிகப்பு மண்ணான லால் மட்டி தாட்டி வனத்தில் ஆண்டு முழுவதும் கிடைக்கும்.
பேப்பரிலும் கான்வாஸிலும் ஃபேப்ரிக், அக்ரிலிக் வண்ணங்களைக் கொண்டு வரைகிறோம். கருப்பு, வெள்ளைக் கோடுகளுக்கு ரோட்டரிங் பேனா பயன்படுத்துகிறோம். எங்கள் அழகுணர்ச்சி கிராமத்து அனுபவங்களால் உண்டானதுதான்...
இடங்களை நிரப்ப தானியங்கள் (பக்கம் 60), கடுகு (அட்டையில் அம்பேத்கரின் முகம்), மோவா புல் (பக்கம் 34) போன்ற வடிவமைப்புகளை உருவாக்கியிருக்கிறோம். ஓரங்களில் உள்ள படிவங்கள் இப்பக்கத்தில் உள்ளது போல வயல் வேலிகளைப் போல வரையப்பட்டுள்ளன.
சில ஆண்டுகள் கழித்து எங்கள் வீட்டுப் பெரியவர்களின் ஆசியுடன் எங்கள் மாநிலத் தலைநகர் போபாலுக்குக் குடியேற முடிவெடுத்தோம். அங்குதான் எங்கள் குரு ஜன்கர் சிங் ஷ்யாம் நவீன ப்ரதான் கோண்ட் கலை இயக்கத்தை நிறுவியிருந்தார்.

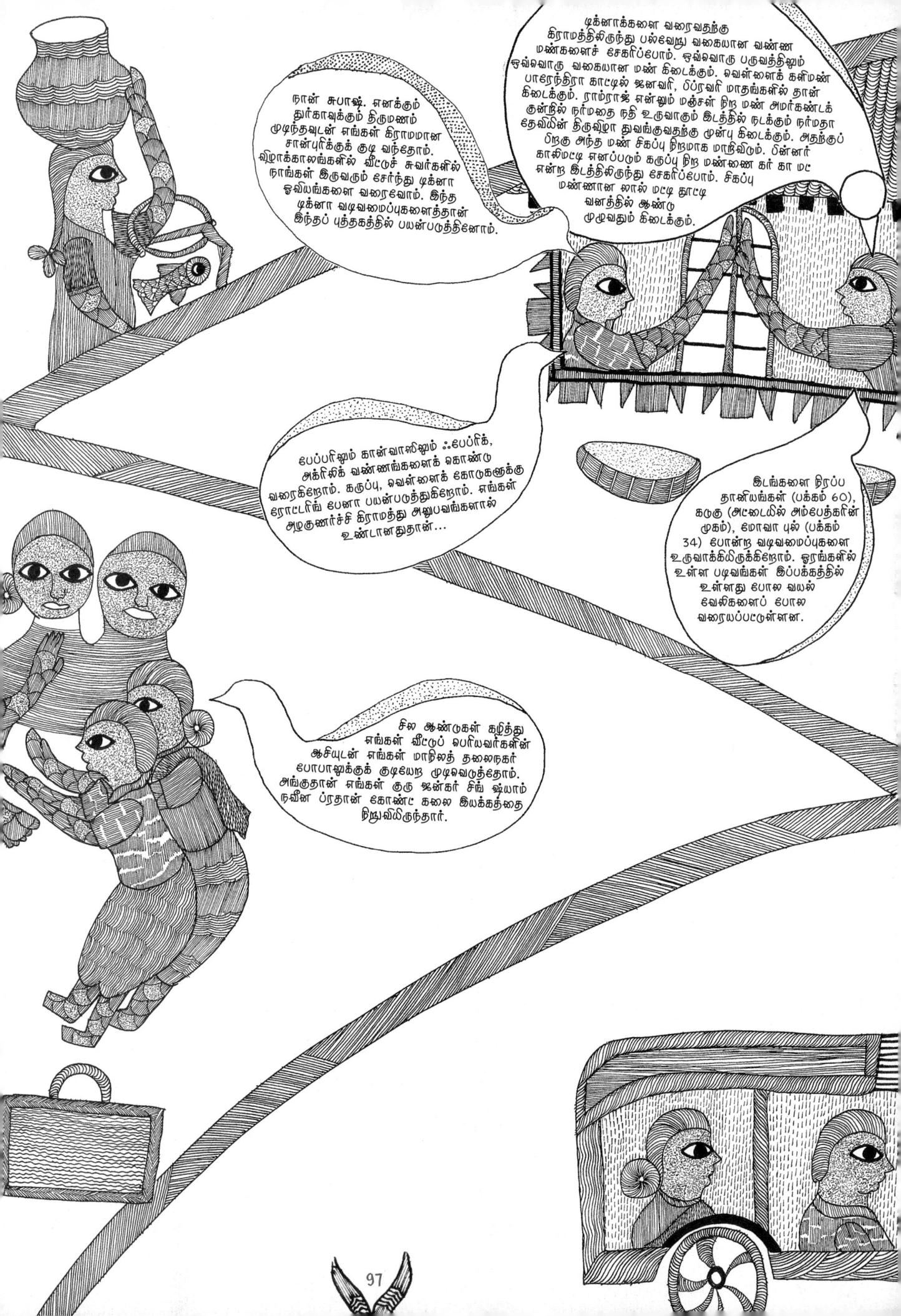

போபாலில் பல தரப் பட்ட வேலைகளைச் செய்துவந்தேன். அதில் ஒன்று ஸ்கிரீன் பிரிண்டிங் யூனிட்டில் வேலை பார்த்தது. அதனால் அச்சுத் தொழில்நுட்பத்தின் அடிப்படைகளை அறிந்து கொண்டேன். துர்கா வீட்டு வேலைகளிடையே வரை வதிலும் ஈடுபட்டிருந்தார். என் மைத்துனர் ஜன்கர் அவளை ஊக்குவித்தார்.
ஜன்கர் மச்சானும் அவரது மனைவி நங்குசியாவும் எங்களைப் போன்ற கலைஞர்களை நகரத்திற்கு வரவேற்று எங்களுக்குத் தங்குமிடம் கொடுத்து இன்றைய நவீன உலகின் ஓவியங்களை அறிந்துகொள்ள உறுதுணையாக இருந்தார்கள். அவர்கள் பெரிய மரத்தின் வேர்களைப் போன்றவர்கள். நானும் சுபாஷும் கிளைகள். நாங்கள் அவர்களுக்குக் கடமைப் பட்டிருக்கிறோம்.

அம்பேத்கர் புத்தகத்திற்காக ஆனந்த் என்னை அணுகியபோது, சுபாஷும் நானும் சேர்ந்து இந்த வேலையைச் செய்வதாகச் சொன்னேன். அவர் சம்மதித்தார். நாங்கள் பலமுறை டெல்லிக்குச் சென்றிருக்கிறோம். அவரும் போபாலுக்கு நிறைய முறை வந்திருக்கிறார்.
ஒருமுறை டெல்லி நவயானா அலுவலகத்துக்குப் போயிருந்தபோது ஆனந்த் அங்கு இல்லை. அந்த இடத்தின் உரிமையாளர் எங்களை உள்ளே விட மறுத்தார். பார்த்தால் பட்டிக்காடு மாதிரி இருக்கிறது என்று கூறினார். எங்களுக்கு அவமானமாக இருந்தது. ஆனந்த் அந்தப் பெண்ணிடம் நான் ஒரு ஓவியர் என்பதையும் ஃப்ராங்க்பர்ட்டிற்குக்கூடச் சென்று வந்திருக்கிறேன் என்றும் கூறினார். அந்தப் பெண் காதில்போட்டுக்கொள்ள வில்லை. அம்பேத்கர் பரோடாவில் சந்தித்த கஷ்டங்களை இது நினைவுபடுத்தியது.

பீமோவுக்காக ஒரு டிக்னா

ஜூன் 2008ஆம் ஆண்டில் ஒரு நாள், துர்காபாய் வ்யாமுடனும் சுபாஷ் வ்யாமுடனும் நிகழ்ந்த ஆரம்ப அமர்வு ஒன்றின்போது அவர்கள் வட அமெரிக்கா, ஃபிராங்கோ-பெல்ஜியம் மற்றும் ஜப்பானிய சித்திரப் படப் புத்தக வகைகளின் ஆசான்களான வில் ஐஸ்னர், ஆர்ட் ஸ்பீகல்மென், ஜோ சேக்கோ, ஷான் டான், ஒசாமு டெசூகா ஆகியோருடைய புத்தங்களைப் பார்த்துக்கொண்டிருந்தார்கள். அத்துடன் மர்யான் சத்ரப்பியின் ‘பெர்ஸிபோலிஸ்’ புத்தகத்தையும் இந்தியாவின் வேறு சில சித்திரப்பட நாவலாசிரியர்களின் படைப்புகளையும் பார்த்தார்கள். இத்தகைய சித்திரக் கதைப் புத்தகங்களின் காட்சிப் படிமங்களை ‘நுட்பமான நுண்கலைக் கல்லூரி’ வகைமாதிரி ஓவியங்களாகக் கருதிய அவர்கள் இவற்றுக்கு மாற்றாகக் கலை பற்றிய தங்கள் கோட்பாட்டை முன்வைத்தார்கள். ‘கதாபாத்திரங்களைப் பெட்டிக்குள் அடைக்க நாங்கள் விரும்பவில்லை. அது அவைகளைத் திணறடிக்கிறது. எங்கள் படைப்பைத் திறந்த வெளியில் நிறுத்த விரும்புகிறோம். எங்களுடையது திறந்த கலை, அங்கே எல்லோருக்கும் சுவாசிக்க வெளி இருக்கும்.’

இது திருப்புமுனையாய் அமைந்த தருணம். சித்திரப் படப் புத்தகங்களின் மரபான இலக்கணத்தை மீறி எதையோ நாங்கள் செய்யவிருக்கிறோம் என்பதை உணர்த்திய தருணம். புகைப்படங்களை வைத்து யதார்த்தமான காட்சிப் படிமங்களை உருவாக்குவதை நிராகரித்துவிட்டோம். சினிமாத்தனமான சித்திரங்கள், க்ளோஸ்அப், நெருக்கமான க்ளோஸ்அப் (பதற்றமான கைகள், ஆச்சரியப்படும் கண்கள், நெரித்த புருவங்கள்), மிட் ஷாட், குறிப்பிட்ட கோணத்தில் அமையும் காட்சி, ஒளியும் நிழலும், முப்பரிமாணத் தன்மை, பருந்துப் பார்வை, கீழிருந்து காட்டப்படும் காட்சி போன்றவற்றையும் வ்யாம்கள் விரும்பவில்லை. ஒரு கதாபாத்திரம் புத்தகம் முழுக்க ஒரே மாதிரிக் காட்சியளிக்காமல் போகலாம். துர்காபாய் பல சித்திரப் புத்தகங்களுக்கு, குறிப்பாக குழந்தைகளுக்கான சித்திரப் புத்தகங்களுக்கு வேலை செய்திருக்கிறார். ஆனால் வ்யாம்களோ அல்லது மற்ற கோண்ட் கலைஞர்களோ சீரான வரிசை கொண்ட சித்திரங்களைத் தீட்டியதில்லை. குழந்தைககளுக்கான புத்தகங்களுக்கு வேலை செய்தபோதும், முழுப் பக்க ஓவியங்களுக்காகவே அவர்கள் அறியப்பட்டார்கள்.

நான்தான்
பறவைப் பேச்சுக் குமிழ்.
என் மற்ற நண்பர்களும் நானும்
பறவைகளைப் போல் பேசுகிற, சாதி
அடக்குமுறைக்கு ஆளான, மென்மையாகப்
பேசும் ஆண் பெண்களின் இனிய
கதாபாத்திரங்களுக்காக மட்டும்
தோன்றுகிறோம்.

1990களின் மத்தியில் ஜன்கர் சிங் ஷ்யாம் கோண்ட் கலை இயக்கத்தை நிலைநிறுத்தியதிலிருந்தே சில பதிப்பாளர்கள் குழந்தைகளின் புத்தகங்களின் சித்திரங்களுக்கு முழுவதுமாக கோண்ட் கலையைப் பயன்படுத்த ஆரம்பித்துவிட்டார்கள். ஜன்கர் சிங் தன் கிழக்கு மத்தியப் பிரதேச கிராமமான படன்கரில் இருந்து போபாலின் பாரத் பவனுக்கும் பாரீசின் பாம்பிடுவுக்கும் ஜப்பானின் கிராமப் பகுதியான நிகாடாவின் மிதிலா மியூசியத்துக்கும் பயணம் செய்து தன் கலையை உலகம் அறியச் செய்தார். நவயானா வெளியிட்ட குழந்தைகளுக்கான புத்தகம் ஒன்றுக்காக 2007இல் நான் துர்காபாய் வ்யாமை ஒப்பந்தம் செய்திருந்தேன். துர்காவும் சுபாஷும் அப்போது, ‘நாங்கள் இதுவரை செய்திராத ஒரு பெரிய வலையில் எங்களை ஈடுபடுத்துங்கள்’ என்று சொன்னார்கள். பர்தான் கோண்ட் கலை வடிவின் வரலாற்றையும் அதன் சமகாலக் கலை வடிவங்களையும் அறிமுகப்படுத்திக்கொள்ளத் தொடங்கியதும் இவ்வகையான கலை வெளிப்பாட்டின் ஆழத்தையும் விரிவையும் நுட்பத்தையும் புரிந்துகொள்ள ஆரம்பித்தேன்.

ஜங்கரின் பாரம்பரியம்

மேலே செல்லு முன், பிரதான் கோண்ட் கலையை முதன் முறையாகக் கேள்விப்படுபவர்களுக்காக அது பற்றிய சுருக்கமான அறிமுகம். பிரதான் கோண்ட் என்பவர்கள் மத்திய இந்தியாவின் கோண்ட் ஆசிவாசி இனக் குழுவின் ஒரு வம்சத்தினர். இவர்கள் தங்கள் மக்களின் கலாச்சார மரபுரிமை மற்றும் மரபுவழிகளைப் பாரம்பரியமாகக் கட்டிக் காப்பவர்கள். இவர்கள் குடும்ப வரலாறுகளை நினைவில் வைத்துக்கொண்டு, புராணக் கதைகள், புனிதக் கதைகள், வாய்மொழி வரலாறு ஆகியவற்றைப் பாடல்கள் மூலமும் கதைகள் மூலமும் கற்பிப்பவர்கள். இருந்தும் பிரதான் கோண்ட் வம்சத்திற்கு கோண்ட் இனக்குழுவிலிருந்து கிடைத்துவந்த ஆதரவு சென்ற நூற்றாண்டில் குறைந்துவிடவே அவர்களுடைய பாரம்பரியமான வாழ்க்கை முறையும் கதை சொல்லும் நிகழ்ச்சிகளும் பெருமளவு இல்லாது போய்விட்டன.

நான்தான்
எண்ணக் குமிழ் மனக்
கண்ணில் எண்ணங்கள்
தோன்றுகின்றன. கேட்க
இயலாத ஆனால்
உணரக் கூடிய சொற்கள்
என்னுள் உள்ளன.

980களின் தொடக்கத்தில் ஓவியர் ஜகதீஷ் சுவாமிநாதன் (1928-1994) (புதிதாகத் தொடங்கப்பட்ட சார்லஸ் கொர்ரியா வடிவமைத்த பாரத் பவனின் அப்போதைய இயக்குநர்) மத்தியப் பிரதேச கிராமங்களுக்குக் கலைகளை இனங்காண்போரை அனுப்பினார். அவர்களில் ஒருவர் கடைக்கோடிப் பட்டன்கரில் ஜங்கர் சிங் ஷ்யாமின் திறனை அடையாளம் கண்டார். ஜங்கரின் மேதமையை அடையாளம் கண்ட சுவாமிநாதன் தொழில்முறை ஓவியராக ஆவதற்கு அவருக்கு

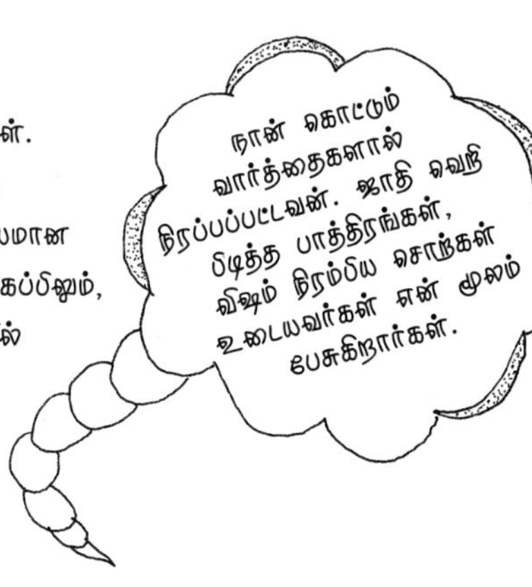

ஊக்கமளித்தார். அதிலிருந்து பர்தான் கோண்ட்கள் பலரும் அவருடைய அடிச்சுவட்டைப் பின்பற்றினார்கள். இவ்வாறாகப் பர்தான் பாடல்களும் வாய்மொழி மரபுகளும், பல நூற்றாண்டுகளாகப் பானாவுடன் (ஒரு புனிதமான ஃபிடில் வாத்தியம்) சேர்ந்து வழங்கி வந்த நிகழ்ச்சிகளும் காகிதத்திலும் படுதாவிலும், முக்கியமான சுவர்ச் சித்திரங்களிலும் நுட்பமாக விளக்கிக் காட்டப்பட்டன. மத்தியப் பிரதேச சட்டமன்றக் கட்டிடத்தின் முகப்பிலும், பாரத் பவனின் கவிகை மாடத்திலும் (இப்போது வெளுத்துவிட்டது) உள்ளவை போன்று. பாரத் பவனில் ஆதிவாசி அல்லாத நகர் சார்ந்தோரின் மிகச் சிறந்த ஓவியங்களுக்கு அருகில் பிரதான் கோண்ட்களின் ஓவியங்கள் இடம்பெற்றுப் பெருமையடைய சுவாமிநாதன் ஏற்பாடு செய்தார். பிரதான் கோண்ட்களின் தற்கால வெளிப்பாடுகளை 'ஜங்கர் மரபு' எனக் கவிஞர் உதயன் வாஜ்பேயி அழைத்தார்.

கிராமப்புற ஜப்பானின் நிகாட்டாவிலுள்ள மிதிலா அருங்காட்சியகத்தில் 'தங்கியிருந்து வரையும் ஓவியராக' இருந்தபோது ஜங்கர் சந்தேகத்துக்கு இடமளிக்கும் வகையில் தற்கொலை செய்துகொண்டார். அதற்குள் அவர் போபாலின் புரொபசர்கள் காலனிக்கு கோண்ட் கலைஞர்களின் ஒரு படையையே கூட்டிக்கொண்டு வந்திருந்தார். அவர்களில் துர்காபாய் வ்யாமும் சுபாஷ் வ்யாமும் (இவருடைய சகோதரியை ஜங்கர் மணமுடித்திருந்தார்) அடக்கம். அவர்கள் போபாலில் இருக்கும் ஆரவாரமற்ற தங்களுடைய வீட்டிலிருந்து தங்கள் கிராமத்திலும், நகர்ப்புறங்களிலும் வசித்துவந்த மற்ற கோண்ட்களை தொழில்முறைக் காட்சிக் கலைஞர்களாவதற்கு உற்சாகப்படுத்தி, வழிகாட்டி, இயல்பாகக் கற்றுக் கொடுத்துக்கொண்டிருந்தார்கள். உதாரணத்திற்கு, இந்தப் புத்தக வேலை நடந்துகொண்டிருந்தபோது, வ்யாம்களின் இரண்டு அறைகளைக் கொண்ட வீட்டில் சுபாஷின் உறவினரான சுக்நந்தி ஷ்யாம் குடும்பத்தாரையும் சேர்த்து ஒன்பது பேர் தங்கியிருந்தார்கள். குறைந்தது ஆறு விருந்தினராவது அங்கே வரைந்துகொண்டோ, வேலைக்காகக் காத்துக்கொண்டோ அல்லது சும்மா கஞ்சா புகைத்துக்கொண்டோ இருப்பார்கள்.

இவ்வாறான பெரிய குடும்பங்களுக்குத் துணை நிற்க வேண்டிய நிர்ப்பந்தத்தைப் பயன்படுத்தித்தான் துர்காபாய் அல்லது சுபாஷ் போன்ற பெரிய கலைஞர்களை கைவினைக் கலைஞர்கள் என்று முத்திரை குத்தி டெல்லியிலோ அல்லது பெங்களூரிலோ நடக்கும் ஆதிவாசிக் கலைஞர்கள் முகாம்களில் வேலை வாங்குகிறார்கள். சில சமயம் ஒரு நாளைக்கு வெறும் 1000 ரூபாய்க்கு மீன் முள் வடிவங்களை ஒரு காகிதத் துண்டிலோ, படுதாவிலோ செதுக்க வைக்கவோ அல்லது உலோகப் பாத்திரங்களில் வண்ணம் தீட்ட வைக்கவோ செய்கிறார்கள். அருமையான தொடர்புகளை வைத்திருக்கும் டெல்லியிலுள்ள கலைத் தொடர்பு அதிகாரிகள் சிலர், சில சமயங்களில் வியட்நாமில் உழைப்பைச் சுரண்டும் நைகி நிறுவனம் போலவே செயல்படுகிறார்கள். ஆதிவாசி இனத்துக் கலைஞர்களை நகர் சார் கலைஞர்களுக்கு இணையாகச் செயல்பட அவர்களால் முடிந்தபோதுகூட தினப்படிக் கூலி கொடுத்து அலங்கார வேலைகளில் ஈடுபடுத்தி கீழ்நிலைக்கு ஒதுக்கித் தள்ளுகிறார்கள். ஜங்கர் ஷ்யாம், 2001இல் தன்னுடைய 40ஆவது வயதில் இறந்தபோது, டோக்கியோவின் ஹசிகவாவால் நடத்தப்படும் மிதிலா அருங்காட்சியகத்தில் வெறும் 12000 ரூபாய் மாதச் சம்பளத்துக்குத்தான் பணியாற்றிக்கொண்டிருந்தார். கலை வரலாற்றாளர் யசோதரா டால்மியா குறிப்பிடுவதைப் போல் 1980களில் மதுபனி ஓவியர்களின் உயிர்த் துடிப்புள்ள ஓவியங்களைப் பார்த்த ஹசிகவா திகைத்துப் போய் இவற்றின் மதிப்பை உணர்ந்துகொண்டு இந்த ஓவியங்களை ஜப்பானுக்கு இறக்குமதி செய்யும் வியாபாரத்தைத் தொடங்கி கிராமப்புற ஜப்பானில் ஒரு 'அருங்காட்சி'யகத்தை ஆரம்பித்தார். வ்யாம்களை நான் அணுகியபோது இன்றுவரை தொடரும் இந்தச் சுரண்டலை நினைவில் வைத்துக்கொண்டேன்.

பீமாயணத்தைத் தயாரிக்கும்போது, நவயானா அருமையான இளம் சிற்பியான சுக்நந்தி ஷ்யாமின் (சுபாஷின் உறவினர்) கண்காட்சி ஒன்றுக்கு டெல்லியின் வீடன்+கென்னடி அரங்கத்தில் (மார்ச்-ஏப்ரல் 2010) ஏற்பாடு செய்திருந்தது. காட்சிக்கு வைக்கப்பட்டிருந்த 17 சிற்பங்களும் ரூ.80,000திலிருந்து ரூ.2.50 லட்சம் வரை விலை மதிக்கப்பட்டிருந்தன. ஒன்றுகூட விற்கவில்லை. ஆனால் ஆதிவாசிக் கலைஞனின் நிலையை மேம்படுத்திய ஒரு முக்கிய அறிக்கை இது. டெல்லியின் தற்கால (ஆதிவாசி அல்லாத) ஓவியரும் ஆதிவாசி கலைப்பொருட்கள் சேகரிப்பவருமான ஒருவர், இந்தக் கலைப் பொருட்களைக் கொண்டு தனிப்பட்ட ஒரு அருங்காட்சியகத்தையே தொடங்கிவிட்டார். அவர் கோண்ட் மற்றும் மற்ற ஆதிவாசிக் கலைப் பொருட்களை ரூ.500க்கு வாங்குவது வழக்கம் என்று சொன்னார். சுக்நந்தியின் கண்காட்சி அவரை அதிர்ச்சிக்கு உள்ளாக்கிக் கலங்கடித்திருக்கும். இப்படியான மோசக்காரர்கள் 'ஆதிவாசிக் கலைஞர்களின் வெகுளித்தன்மை' போய்விட்டதாகவும், அவர்கள் 'வியாபார' நோக்கத்துடன் செயல்படத் தொடங்கிவிட்டதாகவும் புலம்புகிறார்கள்.

சுகநந்தி ஷ்யாமின் ''ஓவியர்''

பீமாயணத்தை வடிவமைத்தல்

படிப்பறிவு இல்லாத வ்யாம்களுக்குச் சித்திரப் படப் புத்தகங்களைப் பற்றி ஒன்றும் தெரியாததைப் போலவே, அம்பேத்கரைப் பற்றியும் ஒன்றும் தெரியாது. அவர்களுடைய பெண் ரோஷ்னி 14, வளரும் கலைஞர். அத்தியாயத்தின் தலைப்புகளில் பயன்படுத்தப்பட்ட எண்களையும் மீன் வடிவ எழுத்துக்களையும் வடிவமைத்த

இவருக்கு சில அடிப்படையான செய்திகள் தெரியும். இவர் புதிய மார்க்கெட் பகுதியில் ஒரு கையால் தொலை தூரத்தில் உள்ள எதையோ சுட்டிக்காட்டிக்கொண்டு, மற்ற கையில் ஒரு புத்தகத்தைப் பிடித்தபடி நிற்கும் நபரைப் பற்றித் தன் பெற்றோரிடம் குறிப்பிட்டிருக்கிறார். பல அமர்வுகளாக பீமாயணத்தின் கதைச் சித்திரத்தை (story board) அவர்களுக்குச் சொல்லியபோது ஒவ்வொரு முறையும் மேம்படுத்திக்கொண்டே போனேன். அவர்களிடம் அதன் ஹிந்தி கையெழுத்துப் பிரதி ஒன்றை, ரோஷ்னி உரக்கப் படித்து அவர்களுக்கு விளக்குவதற்காகத் தந்துவிட்டு வந்தேன். அவர்கள் என்ன செய்யலாம் என்று நினைக்கிறார்களோ அதைச் செய்யலாம் என்று அவர்களிடம் சொன்னேன்.

வ்யாம்கள் விரைவில், அம்பேத்கரின் கதையைத் தங்களுடையதாக்கிக்கொண்டனர். அம்பேத்கர் சந்தித்த அவமானங்கள் அவர்களை ஆழமாகப் பாதித்தன. அவர்கள் உருகினார்கள், கோபப்பட்டார்கள். கைர்லாஞ்சி போன்ற சம்பவங்களின் செய்திகளை உள்ளூர் செய்தித்தாள்களில் இருந்து வெட்டியெடுக்கத் தொடங்கினர். 2009 ஏப்ரல் வாக்கில், சித்திரங்களின் முதல் தொகுப்பு தோன்றத் தொடங்கியது. அவை அனைத்தும் முழுப் பக்கச் சித்திரங்களாக இருந்தன. முன்னமே வாக்குறுதி அளித்தபடி அவற்றில் சட்டகங்களில்லை. தண்ணீர் அத்தியாயத்தில் இருந்து பள்ளிக்கூடத்தில் பீமுக்குத் தண்ணீர் தர மறுக்கும் முதல் பகுதியின் 16 பக்கங்களை மாதிரிக்காக அச்சிட்டுப் பார்த்தோம். தொடர்ந்து வரும் முழுப் பக்கச் சித்திரங்கள் அதற்கு ஒரு படக் கதைப் புத்தகத்தின் சாயலைத் தந்ததோடு ஒரு பருமனான விலை கொடுத்து வாங்க முடியாத 400 பக்க புத்தகமாகுமென்று பயமுறுத்தின. மரபான சட்டகங்களில் வரும் இறுக்கத்தைத் தவிர்க்க நினைத்து பாத்திரங்களைப் பெட்டிகளில் திணிக்கக் கூடாது என்ற எண்ணத்திற்கு ஏற்ப ஒரு புதுமையான சட்டக அமைப்பை உருவாக்க வேண்டி இருந்தது. ஆகஸ்டு 2009இல் ஒரு புழுக்கமான ஞாயிற்றுக்கிழமை மதியம் சுபாஷ், பக்கத்தைப் பிரிப்பதற்கு நாம் டிக்னாவைப் பயன்படுத்தலாம் என்று சொன்னார். கோண்ட் வீடுகளின் சுவர்களிலும் தரையிலும் உபயோகிக்கப்படும் மங்களமான பாரம்பரியச் சித்திர வடிவங்கள் அவை. எவ்வாறு இதைச் செய்யலாம் என்று செய்தும் காட்டினார். ‘ஆஹா, கண்டுபிடித்துவிட்டோம்!’ நான் அவரை அணைத்துக்கொண்டேன். பர்தான் கோண்ட்களின் கலைச் செயல்முறை டிக்னாவிலிருந்துதான் தோன்றுகிறது. பாம்பிடோ சென்டரிலோ அல்லது பாரத் பவனிலோ அல்லது விதான் சபாவிலோ (சட்டமன்றக் கட்டிடம்) உள்ள சுவர்களை அலங்கரிக்கும் ஜங்கர் சிங்கின் சுவரோவியங்கள் (ம்யூரல்கள்) எளிதான டிக்னாவில் இருந்து தோன்றியவையே. இந்தப் பக்கத்தின் இடப்பக்கத்தில் நுட்பமான வேறுபாடுகளோடு கூடிய டிக்னா வடிவங்களில் ஒன்றைப் பார்க்கலாம். இதுதான் பீமாயணத்தின் வடிவமைப்பில் திரும்பத் திரும்ப உபயோகிக்கப்பட்டுள்ள வடிவம்.

பர்தான் கோண்ட் கலையின் சூழியலில், நகர்ப்புற விஷயங்களைக் கொண்டுவரும்போதுகூட விலங்குகளும், பறவைகளும், மரங்களும் வான் விளிம்பற்ற காட்சிகளில் அந்தரத்தில் இருந்தன. ரயில் பாம்பாகிறது. அச்சுறுத்தும் கோட்டை சிங்கமாகிறது. பாபா சாஹேப் அம்பேத்கரை (79) வரவேற்கும் மக்களுடைய மகிழ்ச்சியானது சிரிக்கும் முகங்களாக அல்லாமல் காட்டாமல் நடனமாடும் மயிலாகக் காட்டப்பட்டுள்ளது. ஒரு தலித், ஒரு கிணற்றைத் தோண்டியதற்காக கொலை செய்யப்பட்டதும், இரண்டு பசுக்கள் சாட்சியாக இருக்க அவன் பயன்படுத்திய புல்டோசர் அழுகிறது (46). பஜ்ஜு ஷ்யாமின் ‘ஜங்கிள் புக்’ புத்தக முன்னுரையில் சிரிஷ் ராவும் கீதா உல்ஃப்பும் எழுதியதைப் போல் கோண்ட் கலை வர்ணிக்கவில்லை, அது பொருள் கொள்ள வைக்கிறது. வ்யாம்கள் தாகமாக இருக்கும் அம்பேத்கரை மீனாகப் பார்த்துவிட்டார்கள் (17, 19). நீர்வாழ் உயிரினங்களை வரைவதில் வ்யாம்களுக்கு இருக்கும் ஆர்வத்தை நான் உணர்ந்ததும், அவர்கள் சில பக்கங்களை மீனைப் போல் சட்டமிடலாம் என்று சொன்னேன். 25ஆம் பக்கத்தில் இளம் பீமின் தந்தை கோரேகாவில் மேற்பார்வையிடும் குளம் மீனைப் போல் தோற்றமளிக்கிறது. சதாராவின் கிராமத்துக் குளமும் மீனாகத் தோற்றமளிக்கிறது. மீன் துடுப்புகள் விவரணைக்கான குமிழ்களாகின்றன. முந்தைய பக்கத்தில் மீன்கள் பக்கத்தின் மையத்தை நோக்கி வருகின்றன. சக்வாரா கதை முழுக்க (54) மீனாகிறது. அம்பேத்கரின் வரலாற்றுப் புகழ்பெற்ற மஹாட் உரை, தண்ணீர்த் தெளிப்பான்களாகும் ஒலிபெருக்கிகள் வழி கேட்பவர்களைச் சென்றடைகிறது. இதில் நாம் நவீன சித்திரக் கலை வரலாற்றில் (48) மிகவும் கற்பனைத் திறனோ கூடிய இடைவெளிகளின் உபயோகத்தைக் காண்கிறோம். அடுத்த அத்தியாயத்தில் வீடு வாசலற்ற அம்பேத்கர் பரோடாவின் தோட்டத்தில் தன் தலைவிதியை ஆழ்ந்து யோசித்துக்கொண்டிருக்கையில் அவர் தோட்டமாக ஆகிவிடுகிறார் (68).

பல்வேறு தருணங்களில் துர்காவும் சுபாஷும் கதை விவரணையில் இல்லாத சூழ்நிலைகளையும் கதாபாத்திரங்களையும் அறிமுகப்படுத்துவார்கள். 40% சதவீதம் அளவுக்கு சித்திரங்களுக்குப் பொருத்தமாகப் பிரதியை மீள் உருவாக்க வேண்டியிருந்தது. உதாரணத்திற்கு, பக்கம் 62இல் கோபமான நான்கு முகங்களைக்

கொண்ட கனைக்கும் குதிரையொன்று உள்ளது. முந்தைய சட்டகத்தில், நாம்தியோவின் (முதல் முறை குதிரை வண்டியை ஓட்டுபவர்) மச்சினி வண்டியைக் கவிழ்த்ததற்குக் குதிரையைக் குற்றம்சாட்டித் தன் உறவினருக்கு ஆதரவாகப் பேசுகிறார். இது தெரிந்தால் குதிரை நிச்சயம் சிரித்துவிடும் என்கிறார் துர்கா.

அம்பேத்கரின் காணாமல்போன கதை

அம்பேத்கரின் சுயவரலாற்றுக் குறிப்புகள் அடங்கிய ரூ.40 விலையுள்ள 36 பக்க நூலை வெளியிட்டு நவயானா தொடங்கப்பட்டது. வசந்த் மூனால் தொகுக்கப்பட்ட பாபாசாஹேப் அம்பேத்கர் எழுத்துகளும், உரைகளும் என்கிற பல தொகுப்புகளடங்கிய புத்தகத்தில் 12ஆவது தொகுப்பில் 'விசாவுக்காகக் காத்திருத்தல்' என்ற தலைப்பில் இது இடம்பெறுகிறது. தலைப்புக்கும் அதில் இடம்பெற்றுள்ள சுய வரலாற்றுச் சித்திரங்களுக்கும் உள்ள தொடர்பு தெளிவாக இல்லை. ஒருவேளை அம்பேத்கர் இதில் இன்னும் கொஞ்சம் எழுதிச் சேர்க்க நினைத்திருக்கலாம். ஆனால் முடியாமல் போயிருக்கலாம். அம்பேத்கர் எந்த விசாவுக்காகக் காத்துக்கொண்டிருந்தார்? அவருடைய இரண்டாவது நினைவுக் குறிப்பில் 1917இல் பரோடாவில் பணியாற்றுவதற்காக லண்டனில் இருந்து திரும்பி வந்ததைச் சொல்கிறார். பரோடாவின் பார்சி விடுதியில் அவர் அனுபவித்த தீண்டாமைச் சம்பவத்தை நினைவுகூர்கிறார். இதுபோன்ற பல்வேறு சம்பவங்களை அம்பேத்கர் குறித்து வைத்திருக்க வேண்டும், அநேகமாக அவை தொலைந்திருக்க வேண்டும். ஸ்ரீவித்யா நடராஜன் கதை விளக்க அட்டையில் அத்தியாயங்களில் அம்பேத்கர் சொன்னவற்றை அப்படியே உபயோகித்ததோடு புதிய கதாபாத்திரங்களையும், காட்சிகளையும் உருவாக்கியுள்ளார்.

இந்தியாவின் மறைக்கப்பட்டுள்ள தீண்டாமை துரதிர்ஷ்டவசமாக உலக அக்கறைக்குரியதாக ஆகவில்லை. 1893இல் தென் ஆப்பிரிக்காவில் 24 வயது மோகன்தாஸ் கரம்சந்த் காந்தி புகைவண்டியின் முதல் வகுப்பில் இருந்து தூக்கி வீசப்பட்டதை காலனி ஆதிக்கத்துக்கு எதிரான போராட்டத்தில் முக்கிய சம்பவமாக உலக வரலாற்றில் குறிப்பிடுகிறார்கள். இனப் பாகுபாட்டைக் கண்டுபிடிப்பதற்கு காந்தி தென் ஆப்பிரிக்காவுக்குப் போக வேண்டியிருந்தது. ஆனால் 1901ஆம் ஆண்டு பாம்பே ராஜதானியின் சதாராவில் இளம் அம்பேத்கர் தன் 10ஆவது வயதில் அதை எதிர்கொண்டார் என்பது மறக்கப்பட்டுவிட்டது.

தென் ஆப்பிரிக்காவில் வசிக்கும் ஒரு லட்சம் பிரிட்டிஷ் இந்தியர்களின் தலையெழுத்து குறித்து 1896ஆம் ஆண்டு ஆகஸ்டு 14இல் பொது மக்களிடம் காந்தி புலம்புகிறார். "டர்பன் தபால் தந்தி அலுவலகங்களில் ஆப்பிரிக்கர்களுக்கும் ஆசியர்களுக்கும் ஒரு வாசலும் மற்றும் ஐரோப்பியர்களுக்குத் தனியாகவும் வாசல்கள் உள்ளன. இது மிக அவமரியாதையானது என்று நினைக்கிறோம். இந்தப் பாகுபாட்டைப் பற்றி நாங்கள் அதிகாரிகளிடம் முறையிட்டதால் இப்போது உள்நாட்டுக்காரர்கள், ஆசியர்கள் மற்றும் ஐரோப்பியர்களுக்கென்று மூன்று தனித்தனி கவுன்டர்களைத் திறந்திருக்கிறார்கள்." தென் ஆப்பிரிக்காவில் இனப் பாகுபாட்டை மேலும் விரிவுபடுத்துவதில் வெற்றி பெற்ற தீண்டத்தகுந்த காந்தி ஏதேச்சாதிகாரத்துக்கு எதிரான உலகளாவிய குறியீடாக அங்கீகரிக்கப்படுகிறார். உள்ளூர்ப் பள்ளியில் தண்ணீரைக் குடிக்க முடியாத தீண்டாத பீம் 1927இல் மஹாட் சத்தியாகிரகத்துக்குத் தலைமை தாங்கியது வரலாற்றால் உதாசீனப்படுத்தப்படுகிறது.

கொலம்பியா பல்கலைக்கழகத்தில் இருந்தபோதுதன் சமூகச் சமத்துவத்தை அனுபவித்ததாக அம்பேத்கர் குறிப்பிடுகிறார். இந்தியாவுக்குத் திரும்பியதும் அவருடைய தீண்டத்தகாமை பற்றி அவருக்குத் தொடர்ந்து நினைவுபடுத்தப்படுகிறது. காந்தியைப் பொறுத்தவரை, கதை தலைகீழாக நடக்கிறது. இன்று ஆஸ்திரேலியாவின் இன வன்முறையையும் பாகுபாட்டையும் குறிப்பிட்டுப் பெரிதும் வருந்துகிற இந்திய மேட்டுக்குடி, இரண்டு தலித்துகளைத் தினந்தோறும் கொல்கிறது. தேசிய குற்ற ஆவணங்களுக்கான பீரோவின் 2008ஆம் ஆண்டுக்கான புள்ளிவிவரப்படி ஒவ்வொரு 18 நிமிடத்துக்கும் தலித்துக்கு எதிரான குற்றமொன்று செய்யப்படுகிறது. இதைப் பற்றி மயான அமைதி நிலவுகிறது.

இந்த முரண்பாட்டைச் சுட்டிக்காட்டி அம்பேத்கரின் கதையை உலகம் முழுக்கக் கொண்டு சேர்க்கும் சிறு முயற்சியாகவே பீமாயணம் வெளிவருகிறது. மார்டின் லூதர் கிங் மற்றும் ரோஸா பார்க்ஸ், நெல்சன் மண்டேலா மற்றும் மால்கம் எக்ஸ் ஆகியோரின் வாழ்வும் அனுபவங்களும் உலகம் முழுக்க அதிர்வுகளை ஏற்படுத்தும்போது, அம்பேத்கருடைய அனுபவங்களும் இந்தியாவின் லட்சக்கணக்கான தலித்துகளுடைய கதையும் அதிர்வுகளை ஏற்படுத்த முடியும். துர்காபாய் வ்யாம் மற்றும் சுபாஷ் வ்யாம் ஆகியவர்களுடைய அசாதாரண அழகு படைத்த இந்த சொல்முறைக்குப் பிறகும் ஈடுபாடு காட்டாதிருக்க எந்த நியாயமும் இல்லை.

ஜெய் பீம்!

எஸ். ஆனந்த்

துர்க்காபாய் வ்யாம்

ஆறு வயதில் டிக்னாக்களை வரையத் தொடங்கினேன். பண்டிகைக் காலங்களிலும் திருமணங்களின்போதும் சுவர்களில் பல விதமான களிமண்களை வைத்து வரைவேன். பல நூல்களுக்கு ஓவியங்கள் வரைந்திருக்கிறேன். பெரும்பாலானவை குழந்தை களுக்கான நூல்கள். நான் கணிசமான பங்களிப்புச் செய்த ஹைட் லைஃப் ஆஃப் ட்ரீஸ் என்னும் நூலுக்கு 2008இல் பசஃப்னா ரகாஜி விருது கிடைத்தது. கோண்ட் மக்களின் கடவுள்கள் முதல் போபால் விஷ வாயுக் கசிவுவரை பல விதமான கருத்துகளுக்குப் படம் வரைந்திருக்கிறேன். என் கணவர் சுபாஜூடன் சேர்ந்து அம்பேத்கர் வாழ்க்கை வரலாற்றுக்குப் படம் வரைவதை நிகவும் விரும்பிச் செய்தேன். இது ராமாயணம் போல இருக்கிறது என்று ஒரு முறை நான் ஆனந்திடம் சொன்னேன். ராமாயணம் அல்ல, பீமாயணம் என்றார் அவர். இப்படித்தான் இதன் தலைப்பு பிறந்தது.

சுபாஷ் வ்யாம்

என்னைப் பற்றி ஏதாவது சொல்லியாக வேண்டுமா? மன்னிக்க வேண்டும். என் நம்பர் எப்போதும் பிஸியாக இருக்கிறது. 10 வயதில் களிமண்ணை வைத்து வேலை செய்ய ஆரம்பித்தேன். மரத்தில் சிற்பங்கள் செதுக்குவேன். கனமான சிலைகளை வாங்க ஆளில்லாமல்போனதால் அதை விட்டுவிட்டேன். பிறகு பேப்பரிஷம் கேன்வாஸிலும் வரைய ஆரம்பித்தேன். அம்பேத்கர் புத்தகம் வண்ணங்களை வைத்துப் பரிசோதனை செய்ய நிறைய வாய்ப்பளித்தது. உதாரணமாக, கறுப்புடன் மற்ற வண்ணங்களைக் கலப்பது. இது என் முதல் புத்தகம். துர்காவும் நானும் சேர்ந்து இதைச் செய்ததில் எனக்கு மகிழ்ச்சி.

ஸ்ரீவித்யா நடராஜன்

நான் சென்னையில் பிறந்தேன். இப்போது கனடாவில் உள்ள லண்டனில் வசிக்கிறேன். கிங்ஸ் யுனிவர்சிட்டி கல்லூரியில் ஆங்கிலமும் படைப்பிலக்கியமும் கற்பிக்கிறேன். பரதநாட்டியம் கற்றிருக்கிறேன். குழந்தைகளுக்கான நூல்களுக்கு வரைந்திருக்கிறேன். என் முதல் நாவல் நோ ஆனியன்ஸ் நார் கார்லிக் (2006), ஜாதி அமைப்பு குறித்த அங்கதக் கதை. அன்லூயில் டான்ஸ் என்னும் என் இரண்டாவது நாவலை இப்போதுதான் முடித்திருக்கிறேன். ஜோதிராவ் ஃபுலேன் ஸ்லேவரி (1873) என்னும் புரட்சிகரமான பிரதிக்குக் கதை வடிவம் செய்திருக்கிறேன்.

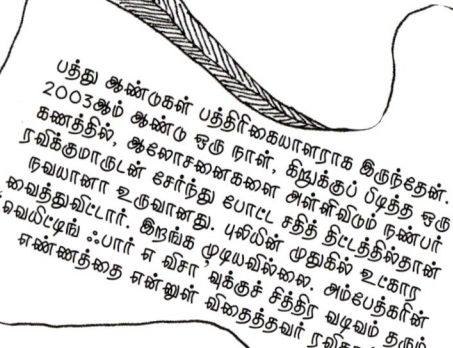

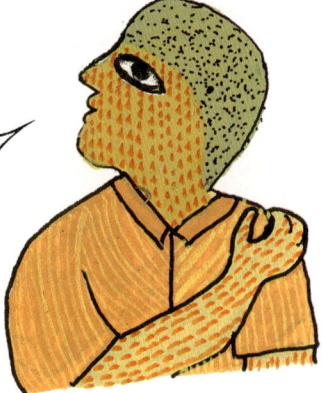

எஸ். ஆனந்த்

பத்து ஆண்டுகள் பத்திரிகையாளராக இருந்தேன். 2003ஆம் ஆண்டு ஒரு நாள், கிருக்கப் பிடித்த ஒரு கணத்தில், அலோசனைகளை அள்ளிவீசும் ரவியாமார்டன் சேர்ந்து போட்ட சதித் திட்டத்தின்பேர் 'நவயானா' உருவானது. புலியின் முதுகில்தான் வைத்துவிட்டார். இருக்க முடியவில்லை. அம்பேத்கரின் 'வெய்ட்டிங் ஃபார் எ விசா' ஆக்குச் சித்திர வடிவம் தரும் எண்ணத்தை என்னுள் விதைத்தவர் ரவிதான்.

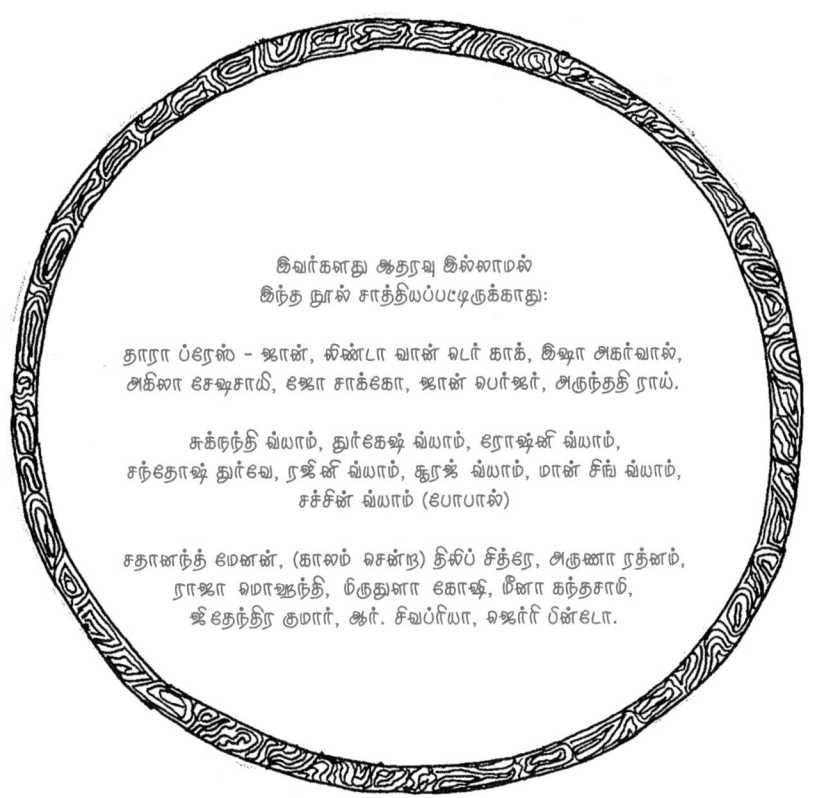

இவர்களது ஆதரவு இல்லாமல்
இந்த நூல் சாத்தியப்பட்டிருக்காது:

தாரா ப்ரேஸ் - ஜான், லிண்டா வான் டெர் காக், இஷா அகர்வால்,
அகிலா சேஷசாயி, ஜோ சாக்கோ, ஜான் பெர்ஜர், அருந்ததி ராய்.

சுக்நந்தி வ்யாம், துர்கேஷ் வ்யாம், ரோஷ்னி வ்யாம்,
சந்தோஷ் துர்வே, ரஜினி வ்யாம், சூரஜ் வ்யாம், மான் சிங் வ்யாம்,
சச்சின் வ்யாம் (போபால்)

சதானந்த் மேனன், (காலம் சென்ற) திலிப் சித்ரே, அருணா ரத்னம்,
ராஜா மொஹந்தி, மிருதுளா கோஷி, மீனா கந்தசாமி,
ஜிதேந்திர குமார், ஆர். சிவப்ரியா, ஜெர்ரி பின்டோ.

Published in Tamil by Kalachuvadu, 2012

© For Tamil text and this edition, Kalachuvadu, 2012

First Published in English as *Bhimayana*: *Experiences of Untouchability* by Navayana Publishing in 2011.

Art, story and design © Navayana Publishing, 2011

பீமாயணம்: தீண்டாமையின் அனுபவங்கள் ◆ சித்திரங்களில் அம்பேத்கர் வாழ்க்கைச் சம்பவங்கள் ◆ தமிழில்: அரவிந்தன் ◆ மொழிபெயர்ப்பில் உதவி: குவளைக்கண்ணன், ஸ்ரீஜெயந்தி பாஸ்கர் ◆ முதல் பதிப்பு: ஏப்ரல் 2012 ◆ வெளியீடு: காலச்சுவடு பப்ளிகேஷன்ஸ் (பி) லிட்., 669 கே.பி. சாலை, நாகர்கோவில் 629 001 ◆ சித்திரக்கலை: துர்காபாய் வ்யாம், சுபாஷ் வ்யாம் ◆ கதை: ஸ்ரீவித்யா நடராஜன், எஸ். ஆனந்த்.

காலச்சுவடு பதிப்பக வெளியீடு: 458

Bhimayana: Theendamayin Anubavangal ◆ Incidents in the life of Ambedkar ◆ Translated by: Aravindan; ◆ Assisted by:Kuvalaikannan, Srijayanthi Bhaskar ◆ Language: Tamil ◆ First Edition: April 2012 ◆ Size: 8 x 11 in ◆ Pages : 108 ◆ Copies : 1000.

Published by Kalachuvadu Publications Pvt.Ltd., 669 K.P. Road, Nagercoil 629 001, India ◆ Phone : 91-4652-278525 ◆ e-mail : publications@kalachuvadu.com ◆ Art: Durgabai Vyam, Subhash Vyam ◆ Story: Srividya Natarajan, S. Anand ◆ Printed and bound at Replika Press Pvt. Ltd., Haryana, India.

ISBN : 978-93-81969-13-7

04/2012/S.No.458, kcp 801, 18.6 (1) 1000

இவர்களின் ஆதரவுடன்...

C Fonds

Prince Claus Fund *for* Culture and Development

ONE WORLD ACTION
FOR A JUST AND EQUAL WORLD